கிரேஸி கிரியேஷன்ஸின்

பெண் ப்ரெண்ட்

(கீதா உபதேசம்)

கிரேஸி
மோகன்

அறிவே விளக்கு
அல்லயன்ஸ்

அல்லயன்ஸ்

[125 - வது ஆண்டைக் கொண்டாடும் முதல் தமிழ்ப் புத்தக நிறுவனம்]

பெண் ப்ரெண்ட் (கீதா உபதேசம்)

Penn Friend (Gethaa Ubhadesam)

உரிமைப் பதிவு

முதற் பதிப்பு : 2025

அட்டை ஓவியம்: கேஷவ்

விலை : **ரூ. 150/-**

ISBN : 978-93-6358-899-8
Total No. of Pages : 84 Pages
Laser Typeset : Rani Graphics, Chennai - 04
Printing : Repro Books Ltd., India

THE ALLIANCE COMPANY
Publishers & Booksellers
Old No. 244, New No. 64, Ramakrishna Mutt Road, Mylapore, Chennai - 600 004.
Tel.: **044 - 2464 1314** | Mob.: **928 928 1314**
www. alliancebook.com • email: books@alliancebook.com

சமர்ப்பணம்

மனோரமா அவர்கள்

மோகனுக்கு நகைச்சுவை எழுதுவதற்கும் எனக்கு நடிப்பதற்கும் ஊக்கமாக இருந்த முக்கியமானவர்களில் ஒருவர் ஆச்சி அவர்கள். அவரை பெண் நாகேஷ் என்றே சொல்லலாம். நகைச்சுவைக்கு முக்கியம் டைமிங். அதற்கு அகராதி நாகேஷ் மற்றும் ஆச்சி. அந்த உச்சத்திலும் தற்பெருமையின்றி கதாசிரியர்க்கு மரியாதை அளிப்பார்.

ஆச்சி நடித்த சினிமா மற்றும் நாடகங்கள் எண்ணற்றவை. அவருக்காக ஒரு நாடகம் எழுதும் வாய்ப்பு திரு. தில்லை ராஜன் மூலமாக மோகனுக்குக் கிட்டியது, கீதா உபதேசம் என்னும் நாடகம் மூலமாக. அற்புதமான கதை வசனம். சினிமாவில் மிகவும் பிஸியாக இருந்ததால், அந்த நாடகத்தில் அவரால் நடிக்க முடியாவில்லை. பிற்கு, சுமித்ரா நடித்தார்.

இவர்களின் படங்களை பார்த்தே நாங்கள் நகைச்சுவையைக் கற்றோம்.

Crazy Creations வளர்ச்சிக்கு நேரடியாக இல்லாவிடினும் ஆச்சியும் ஒரு பிரம்மாண்ட காரணமே!

'Crazy' Thoughts

ஒரு கலைஞன் இல்லாதபோதும் பெருமை தொடரலாம். ஆனால் அப்பெருமை அக்கலைஞன் இருந்தபோது உருவாக்கியது.

அவர் இப்போது இல்லை என்பது என் மனதிற்குள் பதிவாகவில்லை. 'கிரேசிக்கு ஒரு போன் போடலாமே' என்று ஒரு வினாடி சிந்தனை தோன்றி மறைவதும் உண்டு.

என் மனதிலும், என் தொடர்பு எண் பட்டியலிலும் அழியாத, அழிக்க முடியாத சில பெயர்கள் இருக்கின்றன. KB சார், நாகேஷ் சார், அனந்து சார், சந்திரஹாசன்... இப்போ மோகன். இது நட்பையும் தாண்டியது. அவரை மோகனஹாசன் என்றே சொல்லலாம்.

Crazy மோகன் is a simple man. 'இது நான் சொன்னது, இது நான் எழுதினது, இது என்னோடது' என்று அவருக்கு எந்த எண்ணமும் கிடையாது. தான் சிந்தித்தவற்றை, பக்கத்தில்

இருப்பவர்களுக்குக் கொடுப்பதில் அவருக்கு ஒருபோதும் எந்தத் தயக்கமும் இருந்ததே இல்லை. பேனாவைத் திறந்தால் எழுத்து வரும்.

வரும் என்கிற நம்பிக்கை இருப்பவர்களுக்கு மட்டும்தான் அந்தத் துணிச்சல் வரும். அவரிடம் நகைச்சுவை மட்டும்தான் இருந்ததே தவிர, போட்டி, பொறாமை, வீண் வம்பு என்று எதையும் நான் பார்த்தது இல்லை.

அவருடைய craziness ஒரு ஒட்டுவாரொட்டி. எனக்கும் அந்த வியாதி உண்டு. அதை நான் சந்தோஷமாகப் பயன்படுத்திக்கொண்டு இருக்கிறேன்.

மோகன் மாதிரி tangential-ஆக humour யோசிக்கிற ஆள் 'யாம் அறிந்த இந்தியாவிலே எங்கும் காணோம்.' இதை பாரதி சொன்ன அதே திமிருடனேயே நானும் சொல்கிறேன்.

நாகேஷ், மௌலி, நான், மோகன் எல்லாம் ஒரு lineage. I definitely think a connecting wire runs between us. என் கதையில், அவர் கதை கொஞ்சம் கலக்காமல் இருக்காது. மோகன் கதையில் மௌலி சார் கதை கலக்காமல் இருக்காது.

இந்தியாவின் பெரிய காமெடி writer Mohan. ஆனால் உள்ளுக்குள் சீரியஸான ஆள். அவரது சீரியஸ் முகத்தை அவர் வெளியே கொண்டுவரவே இல்லை என்கிற என் வருத்தத்துக்கு பதில்தான் அவரோட 'ரமணாயணம்'.

பொதுவாக சுடுகாடு என்பது முடிவைக் குறிக்கும். ஆனால் St. Mary's இடுகாட்டில் ஆரம்பித்த எங்கள் நட்பு, இன்றும் என்றும் Mohan அவர்களின் நகைச்சுவையைப் போல காலத்தால் அழியாதிருக்கும்.

கமல்ஹாசன்

22.08.2024

வாழ்த்துரை

திரு. கிரேஸி மோகன் அவர்களின் எழுத்தாற்றல் தனி பிரசித்தி உடையது. அவரை சுமார் 33 வருடத்திற்கு முன்பாக எனது நண்பர் திரு இராமநாதன் (பழம்பெரும் கர்நாடக சங்கீத வித்வான் திரு. ராம்நாத் அவர்களின் மகன்) அவர்களால் அறிமுகப்படுத்தப் பட்டேன். திரு. மோகன் அவர்களின் எழுத்தாற்றல், வசனம் என்றும் ஒரு unbelievable humour with profound message. மேலும் அவரது பாணியில் வம்புகளுக்குக் கண்டிப்பாக இடமில்லை. இது யார் மனதையும் புண்படுத்தாத humour. சிறிய குழந்தைகள் முதல் வயதானவர்கள் வரை ஈர்க்கும் இவரது பாணி. திரு. கிரேஸி மோகன் had a very great value system with which he lived, has made him a distinct human being.

Very happy to note that his able brother Mr. Madhu Balaji along with Crazy Creations team are carrying the legacy of Mr. Mohan with young fresh talents, thus keeping his humour and dialogues alive for next generation. This book containing Mohan's work is a great tribute for his contribution.

ரவி அப்பாசாமி

இந்த நாடகம்

தில்லை ராஜன் அவர்களுக்காக Crazy மோகன் எழுதியது.

திரு ராஜன், திருமதி மனோரமா அவர்களுக்காக பிரத்யேகமாக தயாரிக்க திட்டமிட்டிருந்தார். அன்றைய காலகட்டத்தில் ஆச்சி அவர்கள் திரையுலகில் மிகவும் மும்முரமாக இருந்தபடியால் அவரால் நடிக்க முடியாமல் போனது. பின் திரு ராஜன் அவர்கள் திருமதி சுமித்ராவை வைத்து இயக்கி, தானும் கதாநாயகனாக நடித்த நாடகம்தான் கீதா உபதேசம்.

வாழ்க்கையில் பிரச்சனைகளே இல்லாமல் சகலவிதமான சௌகர்யங்களையும் திகட்ட திகட்ட அனுபவித்து அதனால் வாழ்க்கையே வெறுக்கும் கீதா, வாழ்க்கையில் எல்லா திசையிலும் பிரச்சனைகளை மட்டுமே எதிர்கொள்ளும் ஒருவனை அவன் வாழ்வை முடித்துக்கொள்ளும் (கொல்லும்)தருணத்தில் சந்திக்கிறாள். கீதாவின் உபதேசங்களை ஏற்று அவன் படிப்படியாக வாழ்வை நற்பாதைக்கு திசைதிருப்பி, நல்வாழ்வை நோக்கி செல்ல ஆரம்பிக்கிறான். அவன் பிரச்சனைகளை முடித்து இனி என் வாழ்வில் ஆனந்தம் மட்டுமே, என்று சொல்லும் அந்நாளில்,

தன் காதலை வெளிப்படுத்த காத்திருந்த கீதாவிற்கு அவன் தந்ததோ பேரதிர்ச்சி. முடிவுக்கு வந்தது அவன் துயரங்கள் மட்டும் அல்ல கீதாவின் காதலும்தான். ஆம் அவன் கீதாவிற்கு சொன்னது வெறும் நன்றி மட்டுமே. தன் மனதில் அப்பொழுது இருந்தது சந்தோஷத்திற்கு காரணம், பிரச்சனைகளின் முடிவு மட்டும் அல்ல இன்னொரு காதலின் ஆரம்பமும்தான் என்று சொல்லி சென்றான். அதோடு நில்லாமல் பிரச்சனைகளை முடிவுக்கு கொண்டுவந்த கீதாவே தன் திருமண வாழ்வை ஆரம்பித்து வைத்து வாழ்த்துமாறும் கேட்டும்கொண்டான்.

இந்த அற்புதமான நாடகம் 100 முறைக்கு மேல் அரங்கேறியது.

மாது பாலாஜி

Thank You...

I thank our sponsors - **Appaswamy Real Estates, iSolve, The India Cements Limited, Leap Sports and Chennai Super Kings** - for having sponsored our stage plays for the past 35 years.

- Maadhu Balaji

I also appreciate the help of Shri. S. L. Nanu, Smt. Uthra Srinivasan and Smt. Shiela Srinivasan in bringing out this book.

அல்லயன்ஸுடன் அல்லயன்ஸ்...

125 வருஷங்களாக இருக்கும் அல்லயன்ஸ் கம்பெனியுடன் எங்களுக்கு ரொம்ப வருஷங்களாகத் தொடர்பு உண்டு. எங்க அப்பா மைலாப்பூர் பிராஞ்ச் இந்தியன் பாங்க்ல அக்கௌண்ட்டண்ட்டா இருந்த காலத்துலேந்தே தொடர்பு உண்டு. அங்கிருந்து நிறைய புஸ்தகங்களை வாங்கி படிச்சிருக்கார்... விரும்பி கேட்டு வாங்கிப் படிப்பார். ஸ்ரீநிவாஸனுடைய அப்பாகிட்டயும், ஸ்ரீநிவாஸன்கிட்டயும் கேட்டு வாங்கிப்பார். ஏன்னா, எங்க அப்பாவுக்கு படிக்கற ஆர்வம் ரொம்ப உண்டு. எங்க அப்பா மாதிரியே மோகனுக்கும் படிக்கற ஆர்வம் இருந்து, அவனும் அல்லயன்ஸ் கம்பெனிலேந்து நிறைய வாங்கி படிப்பான்.

மோகன் எழுத ஆரம்பித்து, ஒரு கட்டத்துல, மைலாப்பூர்ல ஸ்ரீநிவாஸனை சந்திக்கறச்சே எல்லாம், 'சீனு...! நான் உங்க ஆபீஸுக்கு வரேன்... வரேன்...! எங்க டிராமாவ எல்லாம் புஸ்தகமாப் போடணும்' என்று சொல்லிக் கொண்டே இருப்பான். ஸ்ரீநிவாஸன் சாரும் 'வாங்க சார்... வாங்க சார்...'ன்னு சொல்லிக் கொண்டே இருப்பார். சோ சாரும் மோகன் கிட்ட, 'உன் புஸ்தகங்களையெல்லாம் அல்லயன்ஸ் மூலமா கொண்டு வா. பாதுகாப்பா இருக்கும். நாளைக்கு வருங்கால சந்ததியினருக்கு மிகவும் usefulஆ இருக்கும்' என்று ஒரு தடவை சொன்னார்.

இந்த முயற்சி ரொம்ப நாளா நடந்துண்டே இருந்தது. எல்லாத்துக்கும் மேல மோகன் தன்னுடைய 'டைரி'யில எழுதி வெச்சிருந்தான். அதை நான் மோகன் இறந்து போனதுக்கப்புறம்தான் பார்த்தேன். 'என்னுடைய எழுத்துக்கள் அனைத்தும், நாடகங்கள் மட்டுமல்ல, அனைத்து எழுத்துக்களும் அல்லயன்ஸ் கம்பெனி மூலம்தான் வெளிவரவேண்டும்' என்று எழுதியிருந்தான். ஆனால், முன்னாடி நாங்கள் ஓரிரு புத்தகங்களை வேறு சில பதிப்பகங்களுக்குக் கொடுத்திருந்தோம். அதையெல்லாம் கூட, அவர்களிடம் அனுமதி பெற்று, அல்லயன்ஸ் கிட்ட கொடுத்திருக்கேன். என்ன காரணம்னா, என்னுடைய future generation பேரன்... கொள்ளு பேரன்.... இவங்களெல்லாம் மைலாப்பூர்லதான் naturalஆ வாழப் போறாங்க. இல்லை... வேற எங்கயாவது இருந்தாக்கூட, இந்தப் பக்கம் வந்தால், அவங்களுக்கு தாத்தாவோட contributions வேணும்னா அவர்கள்

அல்லயன்ஸுக்குப் போய் வாங்கிக் கொள்ளலாம். ஒரே இடத்துல எல்லாம் இருந்துதுன்னா சௌகரியமா இருக்கும். அதனாலதான் நான் உடனடியாக ஸ்ரீநிவாஸனிடம் தொடர்பு கொண்டு, வேலையைத் துவக்கினோம்.

ஸ்ரீநிவாஸனுடைய மகன் பிரஷாந்த்தான் என்னுடன் co-ordinate பண்ணினார். Excellent person. அதாவது கண்டிப்பா அல்லயன்ஸ் ஒரு 70...80... வருஷங்களுக்கு Solidஆ இருக்கப் போறதுங்கறதுக்கு உதாரணம் பிரஷாந்த். ஒவ்வொரு விஷயத்தையும் கேட்டுக் கேட்டு, அவ்வளவு நன்றாக வேலை செய்கிறான். இது எனக்கு மிகவும் சந்தோஷம். ஏன்னா.. வேலை ரொம்ப speedஆக நடக்கிறது. மோகனுடைய எழுத்துக்கள் அனைத்தும் புஸ்தக வடிவில், அல்லயன்ஸ் மூலம் வெளிவரும்.

சோ அவர்கள் சொன்ன 'ஜோக்' ஒண்ணுதான் ஞாபகத்துக்கு வருது. 'ஜெனரல்லா அல்லயன்ஸ்னாக்கா ஒரு எலக்ஷன் வரைக்கும் கூட தாங்காது. நூறு ஆண்டுகள் தாங்கின அல்லயன்ஸ் இந்தியாவிலேயே இது ஒண்ணுதான் இருக்கும்.' சோ சொன்னதையேதான் நானும் சொல்றேன். எங்கள் கிரேஸி மோகன், கிரேஸி கிரியேஷன்ஸ் கூட வந்த அல்லயன்ஸ் காலம் முழுவதும் நீடிக்கும் என்று உறுதியாக சொல்கிறேன்.

மாது பாலாஜி

மோகனுடன் நான்...

எண்பதுகளின் ஆரம்ப காலத்தில் நாடக உலகில் கிரேசி மோகன் என்ற பெயர் பரவலாக பேசப்பட்டது . பல நண்பர்கள் என்னிடம் உங்கள மாதிரி அவர் விரசமில்லாம ஆக இருக்குனு சொன்னாங்க அப்புறம் சில வருடங்கள் கழித்து போல கண்ணாடி அணிந்த ஒருவர் என்னிடம் வணக்கம் சொல்லி நான் எழுத ஆரம்பித்ததே உங்க நாடகம் படம் பார்த்துதான் என்று கூறினார். இவர் கணக்கு எழுத நான் எப்படி ஆக இருக்க முடியும். கணக்கும் எனக்கும் வெகு தூரம். நான் தலையை ஆட்டிவிட்டு நகர்ந்தேன். அப்புறம் நான்தான் கிரேசி மோகன் என்றார். நின்று அவரை தட்டிக் கொடுத்து நிறைய பேர் என்கிட்ட உங்க நகைச்சுவை திறமையை பாராட்டி இருக்காங்க சார். அதெல்லாம் ஒண்ணும் இல்ல சார் சடகோபாசாரி (என் இயற்பெயர்) தான் என் துரோணாச்சாரி... நான் ஏகலைவன்... உங்க படம் பார்த்து எழுத கத்துக்கிட்டேன். நான் உங்க காசேதான் கடவுளடா படத்தை காசு கொடுத்து 14 தரம் பைலட் தியேட்டர்ல பாத்திருக்கேன் என்றார்.

சினிமா உலகம் பொதுவாக நன்றி கெட்டது என்பார்கள். நாங்கள் அறிமுகப்படுத்தியவர்களே பின்னால் எங்களை மதிக்காமல் போயிருக்கிறார்கள். ஆனால், மோகன் என் மேல் காட்டிய அந்த மரியாதை ரொம்ப இருந்தது. நீங்க பண்ணி இருக்கீங்களா என்றேன். அவர் ஏன் என்று புரியாமல் கேட்டார். இல்ல இப்படி படபடன்னு பேசுறீங்களே அதான் என்றேன். அதான் கோபு சார் என்று என் கையைப் பிடித்தார் . அன்று அவர் பிடித்த

நட்பு கரத்தை இறுதிவரை விடவில்லை. அதற்கு பின்பு அவர் நாடகங்களுக்கு என்னை பார்க்க அழைத்தார். அறிந்தவர் மோகன் என்று புரிந்துகொண்டேன். மக்களின் சிரிப்பும் கரகோஷமும் எனக்கு எங்கள் யூனிட்டி கிளப் காசேதான் கடவுளடா வீட்டுக்கு வீடு நாடக ஞாபகங்கள் வரவைத்தன. மோகன் தம்பி பாலாஜி உட்பட ஒரு குடும்பம் போல் கட்டுக்கோப்பாக இருந்தது அவர்கள் யூனிட். நாம் எவ்வளவு முனைந்து எழுதினாலும் அதை சரியாக மக்களிடம் எடுத்து செல்ல வேண்டும். அந்த என்னால் பார்க்க முடிந்தது.

மோகனிடம் நான் பாராட்டும் மற்றொரு விஷயம், அவர் தன் பலத்தை சரியாக புரிந்து கொண்டு பயன்படுத்தினார். அவர்கள் நாடகங்களுக்கு ரசிகர்கள் சிரிப்பதற்கு தான் வந்திருக்கிறார்கள் என அறிந்து தேவையில்லாத மேதாவி தனமான வசனங்கள் சென்டிமென்ட் போன்றவைகளை தவிர்த்தார். அதுவே அவர் வெற்றிக்கு ஒரு முக்கிய காரணம். மோகன் என்னை பார்க்கும் போதெல்லாம் உங்களை தென்னிந்திய என்கிறார்கள் அது தவறு தான் இங்கிலாந்தின் சித்ராலயா கோபு என்று கூறுவார். அது சற்று மிகையானவலும் ஒரு குழந்தையை போல மனதில் பட்டதை கூறுவார். எல்லா திறமைசாலிகளுக்கும் ஒரு வழிகாட்டி வேண்டும் அவருக்கு கிடைத்த மிக அருமையான கமலஹாசன். மோகன் - கமல் ஜோடியில் வந்த பல படங்களை நான் ரசித்திருக்கி றேன். பின்னாளில் மோகன் வெண்பா அழகு தமிழில் எழுதியதை பார்த்து நான் வியந்திருக்கேன். அவரிடம் வெ.பா. அதாவது உன் வெத்தலை பாக்கு பழக்கம் எனக்கு தெரியும். வெண்பா பழக்கம் எப்போதிலிருந்து என்றேன். சார் ஒரு முயற்சிதான் என்றார்.

இதுக்கும் நான்னு சொல்லாத என்றேன். நான் பேனாவை தொட்டதுக்கே காரணம் கோபு சார். அதனால இதுக்கும் உங்களுக்கு உண்டு என்றார். என் வீட்டில் எல்லா விழாக்களுக்கும் யார் வராங்களோ இல்லையோ... நிச்சயம் வருவாங்க. நான் அவர் மந்தவெளி வீட்டுக்கு 2, 3 தரம் போயிருக்கேன். அவரும் அடிக்கடி என்னை வீட்டுக்கு வந்து பார்ப்பார். எங்களுக்குள்ள சினிமாவை மீறிய ஒரு இருந்தது. மோகன் ''கோபு சார்'' என்று கூப்பிடும் குரல் எனக்குள் எப்போதும் ஒலித்து கொண்டேயிருக்கும்.

சித்ராலயா கோபு

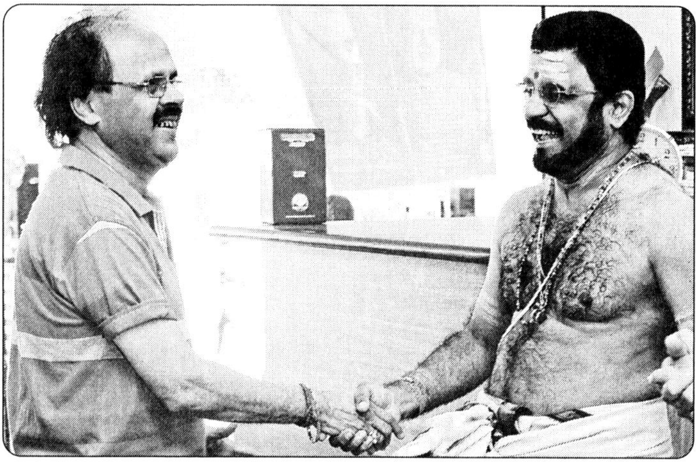

பாலாஜி கிட்ட பேசிட்டேன்

'சீனு! நான் கமலோட டிஸ்கஷன் டிஸ்கஷன்னு ரொம்ப பிஸியா இருக்கேன். ஆனால் பாலாஜி கிட்ட பேசிட்டேன். அவனை 'ஸ்க்ரிப்ட்' எல்லாம் எடுத்துண்டு வந்து உன்கிட்ட கொடுத்திட சொல்லியிருக்கேன்.' நான் எப்போதெல்லாம் மோகனைப் பார்க்கி றேனோ, அப்போதெல்லாம் அவரிடமிருந்து வரக் கூடிய பதில். மயிலாப்பூர் மாட வீதியில் உள்ள வெற்றிலை கடையாகட்டும், விழாவாகட்டும், நாங்கள் இருவரும் இருந்த விழா மேடையாகட்டும், திருமண நிகழ்ச்சியாகட்டும் எங்கு பார்த்தாலும் இதே பதில்தான்.

எனக்கும் மோகனுக்கும் 1992 முதலிலேயே தொடர்பு ஏற்பட்டது. அப்போது நாங்கள் 'சோ' அவர்களின் நாடகங்கள், கதைகள் எல்லாவற்றையும் புத்தகங்களாக வெளியிட ஆரம்பித் தோம். தமிழ் நாடக உலகில் பிரபலமாக இருந்த ஒய்.ஜி. மகேந் திரன், மௌலி, விசு, மெரீனா, எஸ்.வி.சேகர், கிரேஸி மோகன் போன்றவர்களின் நாடகங்களை எல்லாம் புத்தக வடிவில் கொண்டு வர எண்ணி, ஒவ்வொருவராக அவர்களது வீட்டிலேயே சென்று சந்தித்தேன். இவர்களில் சோ, மெரீனா ஆகியோரது நாடகங்களை வெளியிட்டோம். ஆனால், மற்றவர்கள் எல்லாம் அப்போதுதான் நாடகத்தில் வெற்றி பெற்று சினிமாவில் காலடி வைத்து மிகவும் பிஸியாக இருந்தார்கள். அந்த நேரத்தில்தான் எஸ்.வி. சேகரின் நாடகங்கள் எல்லாவற்றையும் ஒரே சமயத்தில், அன்றைய முதல்வர் ஜெயலலிதா வெளியிட்டார்.

சினிமாவில் நுழைந்த நாடக வெற்றியாளர்கள், அப்போது சென்னை தொலைக்காட்சியிலும் மிகவும் பிஸியாக இருந்தார்கள். இந்தச் சமயங்களிலும் மோகனை சந்திக்கும் போதெல்லாம், 'சீனு! பாலாஜி கிட்ட சொல்லிட்டேன்' என்ற பதில்தான். எவ்வளவு பிஸியாக இருந்தாலும் மோகன் நின்று பேசி விட்டுப் போவதோடு, எங்கள் வீட்டு மங்கல நிகழ்ச்சி, எங்கள் நிறுவன புதிய கட்டிட திறப்பு விழா, எங்கள் அலுவலகத்திற்கு ஸ்ரீ காஞ்சி பெரியவர் விஜயம் போன்ற நிகழ்ச்சிகளுக்குத் தவறாமல் வந்து விடுவார்.

ஒரு சமயம் சென்னை புத்தகக் காட்சியில் நான் செயலாளராக இருந்த போது, மோகனை சிறப்புப் பேச்சாளராக அழைத்திருந் தேன். அன்று நல்ல மழை. எல்லோரும் இந்த நிகழ்ச்சி ரத்து ஆகி விடும் என்று எண்ணினர். ஆனால், மோகனுடைய பேச்சைக் கேட்க வந்திருந்த கூட்டத்தைப் பார்த்ததும், குடையை பிடித்துக் கொண்டு, மோகன் மேடையேறி, 'மழை பெரியதாக இருக்கிறது. மழையை விட நீங்கள் அதிகமாக இருக்கிறீர்கள். நீங்கள் பேசச் சொன்னால் நான் பேசுகிறேன்' என்று 'மைக்'ல் பேசியவுடன், கூட்டத்தினரும் குடையுடன் பேச்சை ஆர்வமுடன் கேட்கத் தொடங்கினர். இயற்கை மழையுடன், நகைச்சுவை மழையையும் சேர்த்து அறுசுவை அவியல் போல் மக்கள் ரசித்தனர். மறக்க முடியாத நிகழ்ச்சி இது. மோகனுக்கும் மிகவும் மகிழ்ச்சி.

அங்கேயும் புறப்படும் போது, 'சீனு! பாலாஜிகிட்ட சொல்லிட் டேன்' என்ற பதில்தான். நாட்கள், மாதங்கள், வருடங்கள் ஓடின. மோகனும் சிரித்து, சிரிக்க வைத்து இயற்கை எய்தி விட்டார். பிறகு பாலாஜியை, கபாலி கோயிலில் சந்திப்பேன். நீண்ட நேரம் பேசுவோம், பேசுவோம், பேசிக் கொண்டேயிருப்போம். இப்படியே ஒரு சில வருடங்கள் ஓடின. எல்லாவற்றிற்கும் நேரம் வர வேண்டுமே! இப்போதுதான் வந்தது. அதுவும் சாதாரணமாக இல்லை. பாலாஜி தங்களது நாடக ஸ்க்ரிப்டையெல்லாம் தேடும் போது, மோகன் எழுதிய டைரியை படித்து, உடனே எனக்கு போன் செய்து, 'சீனு! மோகன் தன் டைரியிலேயே, 'என்னுடைய புத்தகங்கள் எல்லாம் அல்லயன்ஸ் கம்பெனியில் தான் வர வேண்டும்' என்று எழுதியிருக்கான் என்று தழுதழுத்துக் கூறினார். டைரி மூலமாக தனது நிலையை தெரிவித்த மோகனுக்கும், அதை என்னிடம் அன்புடன் தெரிவித்த பாலாஜிக்கும் எனது மனமார்ந்த நன்றி. கிரேஸி மோகன் பாலாஜியிடம் பேசி விட்டார்; பாலாஜியும் ஸ்க்ரிப்டையெல்லாம் தந்து விட்டார்; புத்தகங்களும் வந்து விட்டன. வாசகர்கள் எல்லாவற்றையும் வாங்கி ஆதரவு தெரிவிப்பார்கள் என நிச்சயம் நம்புகிறேன்.

அல்லயன்ஸ் ஸ்ரீநிவாஸன்

125வது ஆண்டில்...

தமிழில் நல்ல நூல்களை வெளியிட்டு வரும் அல்லயன்ஸ் ஸ்தாபகர் ஸ்ரீ வி. குப்புஸ்வாமி ஐயரை நான் பாராட்டுகின்றேன்.

- மகாத்மா காந்தி

நீதிகளைக் கற்பிக்கும் சிறுகதைகளையும், புதிய நாடகங்களையும், பல மொழிபெயர்ப்புக்களையும், இன்னும் பல விஷயங்களையும் எளிய அழகிய நடையில் வெளியிட்டுவரும் அல்லயன்ஸாரை நான் பாராட்டுகின்றேன்.

- மகாமகோபாத்தியாய டாக்டர் உ. வே. சுவாமிநாத ஐயர்

தமிழில் பல அழகிய புத்தகங்களை வெளியிட்டுவரும் அல்லயன்ஸாருக்கு நன்றி செலுத்தி அவர்களைத் தமிழ் மக்கள் ஆதரிக்க வேண்டுகின்றேன்.

- சி. ராஜகோபாலாச்சாரி

உலக சிரேஷ்டர்களின் சரிதையை எழுதுவதும் படிப்பதும் நமக்கு நல்லதையே செய்யும். அறிவை ஊட்டுவதற்கு இதுபோன்ற நூல்கள் பேருதவியாக இருக்கும். அல்லயன்ஸ் கம்பெனியாரே பல பெரியோர்களின் சரித்திரத்தை வெளியிட்டவர்கள். மக்கள் நன்மையைக் கருதி உயர்ந்த நூல்களை வெளியிடும் அல்லயன்ஸ் கம்பெனியாருக்கு தக்க ஆதரவு கிடைக்குமென நம்புகிறேன். வந்தே மாதரம்.

- எஸ். சத்தியமூர்த்தி

இம்மாதிரியான புத்தகங்களை நமது பள்ளிகளில் இருக்கும் மாணவர்களுக்குக் கொடுப்பது அவசியம். இவைகளின் வழியாக நமது இளைஞர்கள் தேச சேவையைச் செவ்வையாகக் கற்றுக் கொள்ளலாம். இதுபோன்ற நூல்களை வெளியிடும் அல்லயன்ஸ் கம்பெனியாருக்கு தமிழ்நாடு என்றும் கடமைப்பட்டுள்ளது.

- முன்னாள் மத்திய மந்திரி டாக்டர் ப. சுப்பராயன்

நம் நாட்டுக்கு ஏற்பட்ட தனிப்பெருஞ் செல்வம் அதற்குக் கிடைத்த தலைவர்கள் என்று சொல்லலாம். வேறு எந்த நாட்டிற்கும் கிடைக்காத தலைமை நமக்கு உண்டு. தக்க சமயம் பார்த்து அல்லயன்ஸ் கம்பெனியார் இதுபோன்ற தேசபக்தர் நூல்களை வெளியிடுவதை நான் பாராட்டுகின்றேன்.

- முன்னாள் முதலமைச்சர் எம். பக்தவத்சலம்

தற்போது அல்லயன்ஸ் கம்பெனியார் தமிழ் உலகத்திற்குத் தந்துள்ள இதுபோன்ற அரிய ஜீவிய சரித்திரம் உண்மையில் நமது நாட்டிற்கு படிப்பினையை பூர்வாங்கமேனும் அடைவதற்குப் பெரிதும் உபயோகமாக இருக்குமென்று நான் நிச்சயமாக நம்புகிறேன்.

- 'ஹிந்து' முன்னாள் ஆசிரியர் ஏ. அரங்கசாமி ஐயங்கார்

தலைவர்களின் வாழ்க்கைச் சரித்திரப் புத்தகங்கள் எந்த இலக்கியத்திலும் ஒரு முக்கிய அம்சமாகும். அல்லயன்ஸ் கம்பெனியார் மற்ற பிரசுரகர்த்தர்களைவிட அதிகமான வாழ்க்கைச் சரித்திரப் புத்தகங்களை வெளியிட்டு, இந்திய சுதந்திரப் போராட்டத்தை இதன் மூலம் ஊக்குவித்தனர்.

- 'தினமணி' முன்னாள் ஆசிரியர் ஏ.என். சிவராமன்

நமது பிற்கால சந்ததிகள் தெரிந்து கொள்ளுவதற்காகத் திறம்பட நமது பெரியோர்களின் சரிதைகளை சரியாக எழுதி வைக்கும் வழக்கம் நமது தேசத்தில் இல்லாமலிருந்து வருவது வருந்தத்தக்கதாகும். இந்தக் குறையைத் திறம்பட போக்கி வரும் அல்லயன்ஸ் கம்பெனியார் நமது பாராட்டுதலுக்கும் நன்றிக்கும் உரியவர்களாகிறார்கள்.

- ஆர்.கே. ஷண்முகம் செட்டியார்

தேச பக்தர்களின் நூல்களை மிகவும் உயர்ந்த முறையில் பிரசுரித்திருக் கிறார்கள்.

- ஆனந்த விகடன்

நல்ல புத்தகங்களை, தகுந்த ஆசிரியர்களைக் கொண்டு எழுதி வெளியிடும் தன்மையில் அல்லயன்ஸ் கம்பெனியார் சிறந்தவர்கள். இத்தகைய பொறுப்பும் பிரயோஜனமுமான வேலையை அல்லயன்ஸ் கம்பெனியார் மேலும் மேற்கொள்வார்களாக.

- குமரன் (பத்திரிகை)

அல்லயன்ஸ் கம்பெனியாரது ஊக்கம் மேன்மேலும் அதிகரிக்கும் வண்ணம் தமிழ் மக்கள் இதுபோன்ற தேசபக்தர்களின் புத்தகங்களுக்கு ஆதரவு அளிப்பார்கள் என நம்புகிறோம்.

- சுதேசமித்திரன்

மிகவும் சொற்ப விலையில் இப்புத்தகத்தை பிரசுரிக்க அல்லயன்ஸ் கம்பெனியார் முன்வந்திருக்கிறபடியால், அவர்களுடைய எதிர்கால தேசிய சேவைக்கு ஊக்கங் கொடுக்கும் விதத்தில், இப்புத்தகத்தைத் தமிழர்கள் ஏராளமாய் வாங்கி ஆதரிப்பார்களென்று நம்புகிறேன்.

- 'தினமணி' முன்னாள் ஆசிரியர் டி.எஸ். சொக்கலிங்கம்

The publishers have done a service to Tamil Nadu by publishing in Tamil the biography of one who was the foremost leader of Indian opinion in modern times - Mahatmaji - whose sacrifices and services in the cause of the country were unprecedented.

- The Hindu

We trust that the students and youth will make the best use of the Publication.

- The Indian Express

No library of modern literature will be complete, it can be safely affirmed, without the excellent books of The Alliance Company.

- The Free Press

The Alliance Co., that enterprising publishers of Madras deserves the thanks of all lovers of Tamil for the service to the language.

- Sunday Times

மயிலை அல்லயன்ஸ் கம்பெனியாரின் வெளியீட்டுத் திறத்தை ஈண்டு விரித்துக் கூறவேண்டியதில்லை. அதை நாடறியும். அவர்களால் வெளியிடப்பெற்ற நூல்கள் தமிழ் நாட்டுக்குப் பலவகைகளிலும் பயன் விளைத்து வருவது கண்கூடு. நாட்டு நலங்கருதி ஒழுங்கு முறையில் உழைக்கும் அவர்களுக்கு நாடு கடமைப்படுவதாக.

- திரு. வி. க.

அல்லயன்ஸார் யாதொரு இடையூற்றையும் பொருட்படுத்தாது சிறிதும் ஊக்கம் குன்றாது நடத்திவரும் இந்த நிறுவனத்தின் மூலம் ஈடு செய்ய முடியாத அளவிற்குத் தமிழிற்குச் செய்திருக்கும் தொண்டு மிகவும் வியந்து பாராட்டுதற்குரியது.

- பெ. நா. அப்புஸ்வாமி

Books Published by Alliance Co., are highly popular books.

- Rt. Hon'ble V. S. Srinivasa Sastri

பெண் ப்ரெண்ட்
(கீதா உபதேசம்)

காட்சி - 1

இடம் : ஜனார்த்தனம் வீடு

(1) ஜனார்த்தனம் (2) மேனேஜர் (3) ஜானகி

(ஜனார்த்தனம் போனில் பேசி முடிக்கும்போது மானேஜர் உள்ளே வருகிறார்)

மானேஜர் : Good morning Sir

ஜனார் : ஏன்யா மானேஜர் என்ன இது திடீர்னு சொல்லிக் காம கொள்ளாம கோயம்புத்தூர்லே இருந்து வந்திட்டீர்.

மேனே : ஒண்ணும் இல்லீங்க...

ஜனார் : ஒண்ணும் இல்லாத்துக்கு ஏன் செலவு பண்ணிண்டு இவ்வளவு தூரம் வர்றீங்க, சரி. கோயம்புத்தூர்ல மில்லெல்லாம் எப்படி நடக்குது...

மானே : நம்ப மில் workersல்லாம் ஸ்டிரைக் பண்ணப் போறதா நோட்டிஸ் விட்டு இருக்காங்க. அது விஷயமாத்தான் உங்களை பாக்கலாம்னு அவ சரமா பொறப்பட்டு வந்தேன்.

ஜனார் : What ஸ்டிரைக்கா? என்ன காரணம் ?

மானே : ரெண்டு காரணங்க. ஒண்ணு அவங்க ஸ்டிரைக் பண்ணி ரொம்ப நாளாச்சாம். ரெண்டு இந்த வருஷம் 10% கூடுதலா போனஸ் தரணுமாம்.

ஜனார் : மானேஜர் போன வருஷம் எவ்வளவு கொடுத் தோமோ அதே தான் இந்த வருஷமும் தரமுடியும்னு கண்டிப்பா சொல்லிடுங்க என்ன?

மானே : போன வருஷம் நாம போனஸே தர்லீங்க முதலாளி...

ஜனார் : அடப்பாவி! ஏன் தர்றலே...

மானே : முதலாளி. உங்கிட்ட இருந்து அப்ரூவலே வர்றலீங்க...

ஜனார் : சுத்த அறிவு கெட்ட மேனேஜரா இருக்கியே.

மானே : உங்க மானேஜருங்க.

ஜனார் : இதப் பாருய்யா, நான் ஆயிரத்தெட்டு கம்பெனிக்கு முதலாளி. ஒவ்வொண்ணுக்கும் என் அப்ரூவல எதிர்பார்த்துட்டு இருந்தா நடக்கிற காரியமா... you take your own decision I say. அவங்க கேக்கற போனஸ குடுத்து தொலைங்க. You Can go...

(மானேஜர் Exit)

ஜனார் : சேச்சே... இந்த மானேஜரை நம்பி மில்லை ஒப்படைச்சேன் பாரு, நான் ஒரு மடையன்... *(உள்ளே பார்த்து)*

ஜானகி... ஜானகி... சீக்கிரம் பொறப்படும்மா. மணி ஒன்பதாச்சு. ஜானகி... ஜானகி...

ஜானகி : *(ஜானகி சமையல் அறையிலிருந்து அலங்கோல மாக, டம்பளர், கரண்டியுடன் வருகிறாள்)* Good morning daddy.

ஜனார் : என்னம்மா ஜானகி என்ன கோலம் இது... தலையெல்லாம் கலைஞ்சி, முகத்தில கரி வேற... பாக்க Tired ஆ இருக்கே... என்னம்மா ஆச்சு...

(என்றதும் ராஜப்பா உள்ளிருந்து வந்து)

ராஜ : நான் சொல்றேன் பாஸ். கடந்த ரெண்டு மணி நேரமா, ஜானகியம்மா உங்களுக்காக டம்ளர் Coffee தானே கைப்படக் கலந்தாங்க. அதா பாக்க களைப்பா இருக்காங்க.

ஜனார் : ஏண்டா ராஜப்பா, காப்பியை இவ எதுக்கு கலக்கணும்? நீ என்ன பண்ணிண்டிருந்தே?

ராஜ : பாஸ்... இனிமே அம்மாதான் தன் கையால உங்களுக்கு காப்பி கலந்து தரப் போறாங்களாம்.

ஜானகி : Daddy தைரியமா சாப்பிடு ஒண்ணும் ஆகாது...

ஜனார் : அது இல்லம்மா... உனக்கு உறவுன்னு சொல்லிக்க இருக்கிற ஒரே ஆள், நான்தான். உனக்கு ஒரு கல்யாணத்தை பண்ணிட்டா நிம்மதியா கண்ணை மூடிடுவேன். ஆசையா கலந்திருக்கே... இல்லைங்கல... ஜானகி... வேண்டாம்மா... எதானா ஒண்ணு கிடக்க, ஒண்ணு ஆகி வைக்கப் போகுது...

ஜானகி : Daddy இப்ப நீ காப்பியை சாப்பிடில்ல நான் அழு வேன்...

ராஜ : சாப்பிடுங்க பாஸ்... எப்படியும் உங்களுக்கு இதை சாப்பிட்டு எதானா ஆச்சுன்னாலும் ஜானகியம்மா அழப் போறாங்க... சாப்பிடாம போனாலும் அழப் போறாங்க. ஆக அழப் போறது எப்படியும் நிச்சியம்... சாப்பிடுங்க பாஸ்...

ஜானகி : Daddy சாப்பிடப் போறியா? இல்லையா ?

ஜனார் : ம்.... டம்ளரை வாங்க முயல

ராஜ : பாஸ்... ஒரு நிமிஷம்...

ஜானகி : ராஜப்பா ஏன் தடுக்கிற...

ராஜ : அது இல்லம்மா... பாஸுக்கு உடம்புல அல்சர், அப்பன்டீஸன்னு 1008 வியாதி... இதுல எதானா ஒண்ணு பெரிசா போய், இவர் போனாலும் பரவாயில்லே... அனாவசியமா பொண்ணு கலந்த காப்பியை சாப்பிட்டார் - பொசுக்குன்னு போயிட்டார்னு ஒரு பழி உங்கப்பாவுக்கு வர வேணாமேன்னு பாக்குறேன்...

ஜானகி : ராஜப்பா பேசாம இரு... daddy please.

ஜனார் : சரிம்மா... சாப்பிடறேன்...

(டம்ளரை வாய்வரை எடுத்துச் சென்று)

ராஜப்பா... நீதாண்டா... ஜானகியை நான் இல்லாத போது பாத்துக்கணும்...

ஜானகி : Please daddy.....

ஜனார் : (வாயில் கொண்டு சென்று விடுகிறார்)

ராஜப்பா... சொத்தெல்லாம் முன்னாடியே ஜானகி பேர்ல எழுதி வைச்சிருக்கேன். உயில் வக்கீல் வரதாச்சாரிகிட்ட இருக்கு, என்ன... அப்ப நான் காப்பியை நெஜமாவே சாப்பிடப் போறேன்...

ராஜ : பாஸ்

ஜனார் : என்னடா...

ராஜ : 15 வருஷமா உங்க கூட இருக்கேன். உயில்ல எனக்கு எதானா எழுதி வைச்சிருக்கீங்களா?

ஜனார் : ம்... ம். நீ அந்த நாயை எடுத்துக்கோ... *(காப்பியை சாப்பிட்டு ஸ்தம்பிச்சு நிற்க)*

ஜானகி : *(அதிர்ச்சியுடன்)*Daddy... daddy... என்ன... பேசாம இருக்கே... ராஜப்பா என்னாச்சு இவருக்கு...

ராஜ : அதாங்க. நான் நினைச்சது நடந்துடுத்து... அட. அட்லீஸ்ட் பாஸை சோபாவில் படுக்க சொல்லிட்டு காப்பியை கொடுத்துருக்கலாம். இப்படி நின்னபடியே ஆயிடுத்தே. இப்படியே தூக்கி எடுத்துகிட்டு போனா, ஜனங்க, ஒரு மாதிரி பார்ப்பாங்களே...

ஜானகி : daddy *(என்று அவரை உலுக்க)*

ஜனார் : வந்து ராஜப்பா... காப்பி ஒரளவு Ok. But ஜானகி, இதுமாதிரி யாருக்கானா இனிமே காப்பி கலந்து கொடுத்தா, சாப்பிட்டுட்டு எப்படி இருக்குன்னு சொல்லச் சொல்லு... நீயா அனாவசியமா இது காப்பின்னு Commit பண்ணிக்காதே.

ஜானகி : Daddy... இனிமே சமையலும் நான்தான்.

ஜனார் : ஜானகி... நீ சமைக்க போறீயா. வேணாம்மா... எங்கிட்டெ நெறைய பணம் இருக்கு. என்னோட Life insurance பண்ண பணம் வந்துதான் இப்ப நாம குடும்பம் நடத்தணுங்கிற அவசியமும் இல்ல.

ஜானகி : Daddy. இனிமே, காலையில காப்பி கலக்கிறதி லேந்து ராத்திரி சாப்பாடு வரை எல்லாம் நான்தான்.

ஜனார் : ம்... ஜோஸிக்காரன் அப்பவே சொன்னான் 50 வயசில ஒரு கண்டம் இருக்குன்னு... ஆனா, அந்த கண்டம் இப்படி வரும்னு நான் நினைக்கிலை.

சரி... சரி... ஏம்மா இருக்கிற வேலை பத்தாதுன்னு இதெல்லாம் ஏம்மா உனக்கு... நேரமாவுது. சீக்கிரம் dress பண்ணிட்டு புறப்படு.

ஜானகி : (ஒரு கடிதத்தை கொடுக்கிறாள்). இதப் படிச்சுப் பாரு. புரியும்...

ஜனார் : என்னம்மா இது லெட்டர்

ஜானகி : My resignation letter. இன்னிலேந்து நான் உனக்கு Personal Secretary Cum Adviser இல்ல...

ஜனார் : ஜானகி...

ஜானகி : நான் இனிமே ஒன்னோட பொண்ணு ஜானகி... வீட்டு வேலைகள் ஒண்ணு விடாம இனிமே நான்தான் பாத்துக்கப் போறேன்...

ஜனார் : ராஜப்பா... என்னடா இது. இவ கூத்தடிக்கிறா. நீயும் பேசாம இருக்கே...

ராஜ : என்னமோ தெரியல Boss. நேத்து ஜானகி அம்மா அவங்க Friend மாலா வீட்டு functionக்கு போய்ட்டு வந்ததுலேந்து இப்படித்தான் ஒரு மாதிரியாப் பேசறாங்க.

ஜனார் : ஜானகி... Whats all this... என்ன ஆச்சு உனக்கு?

ஜானகி : Daddy... மாலா கொடுத்து வைச்சவ. மாலாவுக்கு அண்ணா, தம்பி, அக்கா, மன்னி, தாத்தா, பாட்டி, அப்பா, அம்மான்னு குடும்பம் எவ்வளவு கலகலப்பா இருக்கு தெரியுமா? எனக்கு என்னப்பா இருக்கு. ராத்திரி 8 மணி ஆனா நம்ப வூடு, பீஸ்ஸால் பாத் பங்களா மாதிரி இருக்கு. மாலாவை அண்ணா, தம்பி, அக்கால்லாம் வாய்க்கு வாய் மாலா, மாலான்னு ஆசையா கூப்பிடுறாங்க.

ஜனார் : பைத்தியம் மாதிரி பேசாதே. அண்ணா தம்பி தங்கை வேணும்னா நான் எங்க போவேன்...?

ராஜ : உங்கம்மா இருந்தாலும் ஒரு சான்ஸ் பார்க்கலாம்

ஜானகி : Daddy எனக்காக எம்பேர்ல நீ 1008 கம்பெனி வைச்சிருக்கே. இல்லைங்கலே. வீட்டுல எனக்கு போர் அடிச்சா... கம்பெனிக்கு ஒருத்தர் இல்லையே daddy.

ஜனார் : ஏம்மா ஜானகி, உனக்கு நான் என்ன குறை வைச்சேன்? கார், பங்களா, பிரிட்ஜ், T.V. V.G.P. ஒருத்தர் தவிர, அவர் கம்பெனி ஐட்டம் பூராவும் இங்க கொண்டு வந்து கொட்டிருக்கேன். வேற என்னம்மா வேணும்?

ஜானகி : This bloody. Life is stinking like anything. பணத்தை பார்த்தாலே குமட்டிண்டு வருது. நான் நெனைச்சது எல்லாம் கேட்டதெல்லாம் கிடைக்கிறது. இது Life இல்ல. நாம ஆசைப்பட்டது கிடைக்கக்கூடாது. ஆனா. அதை அடையறதுக்கு Try பண்றோமே... That is Life.

ஜனார் : என்னம்மா இப்படியெல்லாம் பேசறே...?

ஜானகி : போ daddy... நீ போற இடத்தில எல்லாம் உன்னையும் என்னையும்விட பணத்தைத்தான் மதிக்கிறாங்க. எனக்கு Lifeல ஒரு change தேவை. Something எதனா ஒரு சேஞ்ச் இருக்கணும்.

ஜனார் : என் புத்திய சொல்லணும்... உன்னைப் படிக்க வைச்சேன் பாரு. அதான் யாருக்கும் புரியாத மாதிரி பேச கத்துண்டிருக்கே. But one thing. உனக்கு தனிமை அலுத்துடுத்து... உனக்கு கல்யாணம் ஆன எல்லாம் சரியாயிடும்.

ஜானகி : எனக்கு என்னன்னு சொல்லத் தெரில. Something. challengingஆ இருக்கணும்.

ராஜ : பக்கத்துத் தெரு பயில்வான் தன்னை யாரும் குத்து சண்டைல ஜெயிச்சது இல்லன்னு திமிரா இருக்கான். ஏன் அவங்கிட்டே போய் challenge உடுங்களேன். அடுத்த வாரம் கோதா வச்சுக்கலாம்.

ஜனார் : சும்மா இரு இராஜப்பா. சரி ஜானகி... உன் இஷ்டப்படி என்ன தோணுதோ அப்படியே பண்ணு.

(திரை)

காட்சி: 2

இடம்: பார்க்

சந்துரு (2) ஜானகி (3) ராஜப்பா

மைக் வாய்ஸ் : டிங்... டிங்... உங்கள் விளம்பரங்களுக்கு வர்த்தக ஒலிபரப்பை நாடுங்கள்... டிங்... டிங்...

குழந்தை : அம்மா... அம்மா..

அம்மா : என்னடா கண்ணா

குழந்தை : மோகனோட தாத்தாவுக்கு ஏம்மா பல் விழுந் துடுத்து.

அம்மா : மோகனோட தாத்தாவுக்கு வயசாயிடுத்து பல் விழுந்துடுத்து...

குழந்தை : அம்மா... அம்மா...

அம்மா : என்னடா கண்ணா...

குழந்தை : எனக்கு பல் விழாம இருக்க நான் என்ன பண்ண னும்?

அம்மா : நீ உனக்கு வயசாகாம பாத்துக்கணும்.

குழந்தை : அம்மா நான் வயசாகாம இருக்க என்ன பண்ண னும்?

அம்மா : பல் விழாம பாத்துக்கணும்.

குழந்தை : உங்கள்பற்களின்கறைபடிந்து,ஈறுகள்மக்கிப்போய் பற்கள் கீழே விழாமல் இருக்க அவைகளை கெட்டியாக பிடித்துக் கொள்ளுங்கள்... டிங்... டிங்...

(விளம்பரத்தின் முடிவில் சந்துரு entry with விஷ பாட்டில்)

(சந்துருவின் கையில் மூட்டைப்பூச்சி கொல்லும் Tik 20 விஷம்)

சந்துரு : முருகா ! Lifeல ஆசைப்பட்டது எதுவும் எனக்கு நடக்கல - நீ நடக்க விடல... இப்ப சாகணும்னு ஆசைப்படறேன். அதையாவது ஒழுங்கா நடத்தி வை. Pharmacyக்காரன் நல்ல கலப்படமில்லாத

விஷம்னுதான் சொன்னான்... முருகா... இந்த விஷம் மட்டும் ஒழுங்கா வேலை செய்தா... நான் செத்தா சத்தியமா சொல்றேன். நாளைக்கு உன் உண்டியல நாலு ரூபா போடறேன்...

குரல் : சந்துரு விஷத்தைக் குடிக்க பாட்டிலை உயர்த்து கிறான்... அதை கவனித்த ஜானகி என்ன செய்தாள்... 'My fair lady' நாடகத்தின் மூன்றாவது பகுதியை கேளுங்கள்...

(சந்துரு விஷத்தை குடிக்க முயற்சித்தல்)

(என்றதும் ஜானகி அங்கு வந்து)

ஜானகி : ஹலோ... என்ன பண்றீங்க... *(பாட்டிலை பிடுங்குகிறாள்).*

சந்துரு : *(திரும்பி)* please மேடம். என்னைத் தடுக்காதீங்க. பாட்டிலை தாங்க...

ஜானகி : *(பாட்டிலை பார்த்து)* Tik20, மூட்டைப்பூச்சி மருந்து - Oh God. என்ன இது? எதுக்காக மூட்டைப்பூச்சி மருந்தை குடிக்கிறீங்க...

சந்துரு : 2 நாளா... அஜீரணம்... டாக்டர் சாப்பிடச் சொன்னார். அதான்... பாட்டிலைக் குடுங்கம்மா... பிராணனை வாங்குறீங்களே...?

ஜானகி : முடியாது... எனக்கு இப்ப அவசியம் தெரிஞ் சாகணும். நீங்க ஏன் மூட்டைப் பூச்சி மருந்த குடிக்க Try பண்றீங்க...

சந்துரு : *(வெறுப்பாக)* கடைசில இதான் available ஆ இருந்தது... வாங்கினேன்... என்ன எழவுடா... இது... நான் தற்கொலை பண்ணிக்கப் போறேன். அதுக்கு... எத குடிச்சா உங்களுக்கு என்ன?

ஜானகி : உங்களுக்கு ஒண்ணு தெரியுமா? இப்பெல்லாம் மூட்டைப்பூச்சி மருந்துக்கு மூட்டைப்பூச்சியே சாவறதில்ல...

சந்துரு : இப்ப என்னங்கறீங்க. மூட்டைப்பூச்சி மருந்து வேணாம். கழுத்தில கயிறு கட்டிண்டு தொங்குங்கறீங்களா? அதுவும் Try பண்ணி யாச்சி... மரக்கிளை முறிஞ்சிது. கீழ விழுந்ததுல 2 முட்டியிலேயும் பலத்த காயம்... என்

தலையெழுத்து... உயிர் போகல. முட்டியிலே அடி பட்டு வலிதான் உயிர் போகுது... பாட்டிலைக் கொடுங்க.....

ஜானகி : No. No... என் கண் முன்னாடி ஒரு தற்கொலை நடக்குறதெல்லாம் பாத்துக்கிட்டிருக்க முடியாது.

சந்துரு : அப்படியா... கண்ணை மூடிண்டு. திரும்பி நிந்துண்டு ஜூட்டா... ஜூட்டான்னு கேளுங்க... நான் விஷத்தைக் குடிச்சிட்டு ஜூட் சொல்லிட்டு சாகறேன்... உயிரை வாங்கறீங்களே... என்னம்மா என் கஷ்டம் தெரியாம விளையாடறீங்க. பாட்டிலை கொடுங்கம்மா... மணி அஞ்சு ஆகறது. 5.30க்குள்ள நான் சாகணும்...

ஜானகி : அது என்ன - 5.30. கணக்கு

சந்துரு : அதாங்க நல்ல நேரம்... பொறந்த வேளைதான் சரியில்ல... சாவரச்சவாவது நல்ல வேளையில் சாகலாமேன்னுதான்...

ஜானகி : சரி...Ok... எப்படியும் சாகறதா Decide பண்ணிட்டீங்க. சாகறதுக்கு முன்னால ஏன் இந்த முடிவுக்கு வந்தீங்கன்னு நான் தெரிஞ்சிக்கலாமா?...

சந்துரு : போங்கம்மா... பாட்டில குடுங்க... டயமாச்சு...

ஜானகி : சாகறதுக்கு இவ்வளவு அவசரமா? 10 மாசம் wait பண்ணி பொறந்திருக்கீங்க. ஒரு 10 நிமிஷம் Wait பண்ணி சாகக்கூடாதா? சரி... தற்கொலை பண்ணிக்க வேண்டிய அளவுக்கு உங்க Lifeல் என்ன Problem ?

சந்துரு : அதைத் தெரிஞ்சுக்காம விடறதா இல்ல போலிருக்கு... (வேர்க்கடலை சாப்பிட்டு)

ஜானகி : நிச்சயமா...

சந்துரு : (சொத்தை வேர்க்கடலை வந்ததால் துப்புகிறான்). தூ... தூ... சொத்த வேர்க்கடலை கசக்குது...

ஜானகி : ஒரு சொத்த கடலை வாயில போனதுக்கு மூஞ்சியை இவ்வளவு சுளிக்கிறீங்களே... நீங்க எப்படி இந்த Full bottle விஷத்தை குடிக்கப் போறீங்க...?

சரி சொல்லுங்க... விஷயத்துக்கு வருவோம். நீங்க ஏன் தற்கொலை முயற்சிக்கு வந்தீங்க...

சந்துரு : 5 கொலை செய்ய தைரியம் இல்லாததால்தான் தற்கொலைக்கு வந்தேன். போதுமா?

ஜானகி : 5 கொலையா...? யார்... யாரை?

சந்துரு : என்னோட அப்பா... அம்மா... தம்பி... தாய் மாமன், எங்க ஆபீஸ் Manager...

ஜானகி : கஷ்ட்டமே. அப்பா, அம்மா, தம்பி, மாமா... ஆபீஸ் மானேஜர் இவங்களை கொலை செய்ய நினைச்சீங்களா... ஏன்?

சந்துரு : யாருக்காக நான் Lifeல பாடுபட்டேனோ யார் மேல நான் ஆசை, ஆசையா இருந்து பழகறேனோ... அவங்கள்ளாம் என்னை மதிக்கல... யாருக்காக நான் வாழணுமோ, அவங்களுக்கு நான் வரதும் போறதும்... பேசறதும் புடிக்கில... அப்புறம் நான் உயிரோட இருந்து என்னங்க பிரயோசனம்?

ஜானகி : உங்களுக்கு கல்யாணம் ஆயிடுச்சா.

சந்துரு : இல்ல...

ஜானகி : நான் அப்பவே நெனைச்சேன்...

சந்துரு : நான் கல்யாணம் ஆகாதவன்னு உங்களுக்கு எப்படித் தெரியும்?

ஜானகி : உங்க கழுத்தில தாலி இல்லியே...

சந்துரு : சீ... என்னங்க ஆம்பிளைங்க கழத்தில தாலி இருக்குமா?. அசடாட்டம் பேசறீங்களே.....

ஜானகி : ஒரு ஆம்பிளை. Lifeஅ எதிர்த்து நிற்க தைரியம் இல்லாம, வெக்கத்த விட்டுட்டு, தற்கொலை பண்ணிக்கிறேன்னு பொம்பளையாட்டம் இங்கே வந்து நிக்கறீங்க? நீங்க கழுத்தில் தாலி என்ன?... காதுல கம்மல், தலையில பூ வச்சுண்டாக்கூட தப்பில்ல...

சந்துரு : உங்களுக்கும் கல்யாணம் ஆகலே போல இருக்கு

ஜானகி : எப்படிக் கண்டுபிடிச்சீங்க?

சந்துரு : உங்க கழுத்திலயும் தாலி இல்லியே... நீங்க

பேசற பேச்சுக்கு உங்களுக்கு மட்டும் கல்யாண மாயிருந்தா... இங்கே, இப்ப உங்களுக்கு பதிலா உங்க புருஷன் இல்ல, என்னை மாதிரி கையில் விஷ பாட்டிலோட நின்னுக்கிட்டிருப்பாரு...

ஜானகி : சரி... விஷயத்துக்கு வருவோம். அப்பா... அம்மா... தம்பி... மாமா... இப்படி ஒரு அழகான Family வச்சுண்டு தற்கொலை பண்ணிக்கிறீங்களே... நல்லதொரு குடும்பம் பல்கலைக் கழகம்னு சொல்லுவாங்க.!

சந்துரு : ஒரு கேள்வி கேக்கறேன்... சாதாரணமா உங்களுக்கு தெரிஞ்சு ஒரு குடும்பத்தில- அப்பாங்கறவர் என்ன செய்வார்...

ஜானகி : வேலைக்கு போவார்... சம்பாதிப்பார். குடும் பத்தைக் காப்பாத்துவார்...

சந்துரு : எங்கப்பா சீட்டாடுவார், குடிச்சு சொத்த அழிக்கி றார்...

ஜானகி : வேலைக்கு...

சந்துரு : நான் போறேன்...

ஜானகி : ஏன் உங்கப்பா Retire ஆயிட்டாரா...?

சந்துரு : Appoint ஆனாதானே ரிடையராகிறதுக்கு. எனக்கு நினைவு தெரிஞ்சு எங்கப்பா வேலைக்கு போனதில்ல...

ஜானகி : அப்ப நீங்க வேலைக்கு போற வரைக்கும் உங்க குடும்பம் எப்படி நடந்தது?

சந்துரு : எங்கப்பாவுக்கு கொஞ்சம் பூர்வீக சொத்து உண்டு...

ஜானகி : உங்க தாந்தா சேத்து வெச்சதா...

சந்துரு : ம்... எங்க கொள்ளு தாத்தா சேத்து வைச்சது... மலாயாவுல ரப்பர் எஸ்டேட் வச்சிருந்தார்... எங்க தாத்தா அழிச்சது போக மீதியை எங்கப்பா அழிச் சார்.

ஜானகி : சொத்து ரப்பர் எஸ்டேட்ல வந்தது. அதான் வேகமா அழியுது... ஆமாம்... குடிக்கிறதுக்கும் ரேஸுக்கு போறதுக்கும் உங்கப்பாவுக்கு ஏது பணம்?

சந்துரு : நான் எதுக்கு இருக்கேன்? எங்கப்பாவுக்கு முதல் தேதி பேட்டா மாதிரி நான் 150/= தரேன்...

ஜானகி : அப்படி நீங்க தராம இருந்துட்டா...

சந்துரு : வாசல்ல நிந்துண்டு கெட்ட வார்த்தையால, 'ஓ' ன்னு கத்துவார்... ஊரை கூட்டி நான் அவரை அடிக்கிறதா... உதைக்கிறதா பொய் சொல்லி திண்ணையில மோதிண்டு அழுவார்... எனக்கு மானம் போகும். அவருக்கென்ன அழுதுட்டு வீட்டுக்குள்ள போயிடுவார்... நான் இல்லே தினமும் வெளியில போறவன்... என் மானம்தான் போகும்...

ஜானகி : So. இதுக்கு பயந்துண்டு உங்கப்பாவுக்கு பணத்தெ குடுத்துடறீங்க...

சந்துரு : ஆமாங்க... சொன்னா ஆச்சரியப்படுவீங்க... போன மாசம் கையில காலணா இல்லே... எங்கப்பா இந்தட்சணம் சீட்டாட பணம் வேணும்னு கேட்டார்... எங்க Office clubல முதல் தடவையா நுழைஞ்சு, நான் சீட்டாடி, ஜெயிச்சு வந்த பணத்தை அவர்கிட்டே கொடுத்தேன். இது எப்படி இருக்கு?

ஜானகி : சீட்டாடறது... ரேஸுக்கு போறதுகூட பரவா யில்லை. குடிக்கிறது சேச்... சே... ரொம்ப தப்பு...

சந்துரு : எங்கப்பன் வாரத்துல ஆறு நாள் பிராந்தி, விஸ்கின்னு குடிப்பார்... சனிக்கிழமை மட்டும் No Hot drinks. பத்து பாட்டில் பீர் சாப்பிடுவார். ஆனா, எங்கப்பனை பத்தி பெருமையா சொல்லிக்க ஒண்ணு ரெண்டு ஐட்டம் இருக்கு... 5 பாட்டில் விஸ்கி குடிச்சாலும் ராவாதான் குடிப்பாரு... அனாவசியமா சோடா, கலக்கறது... தொட்டுக்க அப்பளம். சிப்ஸ், இதெல்லாம் செலவு பண்ண மாட்டார். பயங்கர செயின் ஸ்மோக்கர் வேற. இப்பல்லாம் எங்கப்பனுக்கு புது பழக்கம் ஒண்ணு வந்திருக்கு,

ஜானகி : புது பழக்கம்கனா கெட்ட பழக்கமா...

சந்துரு : ம்... பழக்கம்னாலே எங்கப்பனுக்கு கெட்ட பழக்கம்னுதானே அர்த்தம். ராத்திரியிலே தூக்கம்

வரலேன்னு பெத்டீன் ஊசி போட்டுக்க ஆரம்பிச்சி ருக்கார்...

ஜானகி : உங்கம்மாவை நெனைச்சாதான் பாவமா இருக்கு. இப்படிப்பட்ட புருஷனை வச்சுண்டு எப்படித்தான் காலம் தள்ளறாங்களோ?

சந்துரு : இப்பேர்பட்ட புருஷன் கிடைக்க எங்கம்மா கொடுத்து வைச்சிருக்கணும்...

ஜானகி : என்ன சொல்றீங்க?

சந்துரு : எங்கம்மாவுக்கு இதைவிட ஒரு வசதியான புருஷன் கெடைக்கமாட்டான்...

ஜானகி : புரியலை...

சந்துரு : ஒரு மனைவியோட கடமை என்ன? ஆபீஸ் போற புருஷனுக்கு காலைல குளிக்க, வெந்நீர் எடுத்து வைக்கணும். ஆபீஸ் போற புருஷனுக்கு சமைக்கணும். ஆபீஸ் போற புருஷனுக்கு அன்பா சாதம் பரிமாறணும் ஆபீஸ்போற புருஷனுக்கு... டாட்டா காட்டணும் ஆபீஸ் போற புருஷன் சம்பாதிக்கிற பணத்துல் குடும்பத்த நடத்தணும். ஆபீஸ் போயிட்டு களைப்பா வரவனுக்கு இதமா நாலு வார்த்தை பேசி ஆறுதலா இருக்கணும். எங்கம்மாவுக்கு இந்த கவலை ஒண்ணு கூட கிடையாது. ஏன்னா எங்கப்பாதான் ஆபீஸ் போறதில்லையே...

ஜானகி : என்ன கர்மம் இது... வீட்லே வேலையே இருக்காதா?

சந்துரு : உங்களுக்கு எங்கம்மாவப் பத்தித் தெரியாது. மைதிலி ரெங்கநாதன்னு கேள்விப்பட்டு இருக் கீங்களா?

ஜானகி : எங்கேயோ புக்குல படிச்ச மாதிரி இருக்கு.

சந்துரு : எங்கம்மா பேர்தான் மைதிலி ரங்கனாதன்.

ஜானகி : உங்கப்பா பேர் ரங்கனாதன்...

சந்துரு : ஆனாலும் நீங்க ரொம்ப புத்திசாலி... அம்மா பேர் மைதிலி ரங்கனாதன்னவுடனே. அப்பா பேர் ரங்கனாதன்னு டக்குன்னு சொல்லிட்டீங்களே.

ஜானகி : உங்கம்மா... அந்த மங்கையர் உள்ளம் பத்திரிக்கயில ஆசிரியரா...

சந்துரு : Correct அவங்களேதான்...

ஜானகி : பத்திரிகை ஆசிரியரா இருக்கிற அளவு தகுதியுள்ள அம்மாவை வச்சிண்டு இருக்கீங்க... நீங்க சந்தோஷமில்ல படணும். உங்கம்மாவை நான் பாத்து பேசணும் ரொம்ப ஆசையா இருக்கு...

சந்துரு : எனக்கும் அதே ஆசைதாங்க. எங்கம்மாவை பாத்து பேசணும்னா முடியாது. டெய்லி ராத்திரி 1 மணிக்கோ, 2 மணிக்கோ வருவாங்க...

ஜானகி : வாட் உங்கம்மா டெய்லி ராத்திரி 1 மணிக்கு வீட்டுக்கு வருவாங்களா?

சந்துரு : அவங்களை சொல்லிக் குத்தமில்ல. எங்கம்மாவுக்கு இருக்கிற Port folio ஒண்ணா, ரெண்டா. மைலாப்பூர் Ladies clubல செகரட்டரி... அதுல ஒண்ணு ரெண்டு பேர் பாக்க Ladies மாதிரி இருப்பாங்க... மங்கையர் உள்ளம் பத்திரிகை Editor. வாழ்வில் கைவிடப்பட்ட வயோதிகர்கள் புனர் வாழ்வு ஆசிரம President.

ஜானகி : வாழ்வில் கைவிடப்பட்ட வயோதிகர்கள் புனர் வாழ்வு ஆசிரமமா... அது என்ன?

சந்துரு : ஊருல உள்ள பசங்களெல்லாம் என்ன, என்னை மாதிரி அசடா... அப்பா. அம்மாவை வச்சு காப்பாத்தறத்துக்கு... பாதிபேர் கல்யாண மானவுடனே, பெத்தவங்களை, வயசான காலத்துல விரட்டி அடிச்சிடறாங்க... அவங்களும் நேரா எங்க வூட்டுக்கு வந்துடுவாங்க... எங்கம்மா, Mother Theresa. அவங்களை... வா... கை... வ... பு... வா... க... ல. சேத்துண்டுருவாங்க. என்ன பாக்கறீங்க. நல்லா பேசிண்டே இருந்தான். திடீர்னு வா... செ... வ...பு...வா என்னமோ சொல் றேன்னுதானே...? வாழ்வில் கைவிடப்பட்ட வயோதிகர்கள் புனர்வாழ்வு ஆசிரமத்துக்கு சுருக்கம்தான் வா... கெ... வ... பு... வா... ஆ... ரெண்டு தடவை இந்த பேரை சொல்லி... முடிச்சா போதும்... நாம வயோதிகர்களா ஆயிடுவோம்...

ஜானகி : ஆமா. இந்த மாதிரி ஆசிரமம் நடத்த, பணம் ஏது... உங்கம்மாவுக்கு...

சந்துரு : பணம் எதுக்குங்க. ஆசிரமத்துல சேரணும்னா... வயசு 80க்கு மேலே இருக்கணும். அதுதான் ரூல் 80க்கு மேலே இருக்கறவுங்க அப்படி வந்து சேர்ந்தாலும், மிஞ்சி, மிஞ்சி போனா, இரண்டு, மூணு மாசம் உயிரோட இருக்கப் போறாங்க... புனர் வாழ்வு, 2, 3 மாசம் குடுக்கிறதுக்கு செலவு ஜாஸ்தியாகாது. Infact அந்த அந்த ஆசிரமமே... கண்ணம்மா பேட்டை சுடுகாட்டுக்குப் பக்கத்துல இருக்கு... ரோடுல அனாதையா சாகறதுக்கு பதிலா, ஆசிரமத்தில சாவாங்க... சுடுகாட்டுக்கு முந்தின Stopதான் வா... கெ... வ... பு... வா... ஆ...

ஜானகி : But one thing சந்துரு... இந்த விஷயத்துல உங்கம்மாவை பாராட்டறேன். பாவம். வய சானவங்களைக் காப்பாத்தறது நல்லகாரியம்தான்.

சந்துரு : நல்ல காரியம்தான் இல்லைங்கில. பேசாம எங்க வூட்டுல இருக்கிற எங்க மாமாவையும் அதுல சேத்துட வேண்டியதுதானே... ? அவர ஏன் வீட்டுல வைச்சுண்டு... இருக்கிற தொல்லை பத்தாதுன்னு எங்க மாமா, எனக்கு ஒரு Additional burden.

ஜானகி : உங்க மாமான்னா... உங்க மதரோட Brother ஆ...

சந்துரு : யாருக்குத் தெரியும். 5 வருஷம் முன்னாடி ஊரிலேந்து ஒரு நாள் இவர் வந்தார். எங்கம்மா என்கிட்ட, டேய் சந்துரு உன் மாமான்னா... நானும் வாங்க மாமான்னு ஆசையாக கூப்பிட்டேன். மனுஷன் Permanent ஆ தங்கிட்டார். இப்போ போங்கோ மாமான்னு கூட சொல்லிப் பாத்தாச்சு. மனுஷன் நகருற வழியா காணும்...

ஜானகி : உங்க மாமா எதுக்கு உங்க வீட்டுக்கு வந்தார்?

சந்துரு : கண்ணு சரியா தெரியல... மெட்ராஸ்ல நல்ல டாக்டர்கிட்ட காட்டுன்னு யாரோ சொன்னாங் களாம். கிராமத்திலேந்து கிளம்பி வந்துட்டார். சரி... போனா போறதுன்னு மனுஷனுக்கு கண் Operationஎன் செலவில பண்ணி, ஒரு மூக்கு

கண்ணாடியை வாங்கிக் கொடுத்தேன்... ஆனா ஊருக்கு போகல. காது சரியா கேக்கலேன்னார். Hearing aid வாங்கித் தந்தேன். போகல. திடீர்னு ஒருநாள் பல் வலின்னார். டாக்டர்கிட்ட காட்டி, சொத்தை பல்லை பிடுங்கி, பல்செட் வச்சுக் கொடுத்தேன். என் செலவில இருதயம் ஒண்ணுதான் புதுசா மாத்திக்கல. மத்தபடி அவர் உடம்புலெ உள்ள அத்தனை Partsம் நான் வாங்கித் தந்தது. எங்கம்மாவோட Support அவருக்கு. ஏதான ஒரு வியாதியை சொல்லிண்டு நாள கடத்திண்டு இருக்கார். அவர் என்னிக்கு குணமாகி கிராமத்துக்கு போகப் போறாரோ?

ஜானகி : உங்கம்மாகிட்ட நாசுக்காக மாமாவால செலவு ரொம்ப ஆறதுன்னு சொல்லி, அவரை விரட்டறது தானே...?

சந்துரு : பல தடவை சொல்லியாச்சு... எங்கம்மா கண்டுக்க மாட்டேங்கறா. கண்டுக்க டயமும் கிடையாது... எங்கப்பா எதையும் கண்டுக்கிற நிதானத்தில இல்லை. Net result மாமா. என் சம்பளத்தில சௌகரியமா இருக்கார்...

ஜானகி : Next in the list. யாரு... உங்க தம்பியா?

சந்துரு : என் தம்பி (சிரிக்கிறான் விரக்தியாக) பேர் மூர்த்தி. B.A 10th year படிக்கிறான்...

ஜானகி : B.A 10th year ஆ... B.A. 3 years கோர்ஸ்னு தெரியும்.

சந்துரு : அவன் 10 வருஷமா B.A. படிக்கிறான்னு சொன்னேன். அதைப் பாக்கறச்சே, எனக்கே சில சமயம் தோணும் ஒரு வேளை மூர்த்திதான் எனக்கு அண்ணனான்னு...

ஜானகி : உங்க தம்பிக்கு படிப்பு அவ்வளவா வராதா?

சந்துரு : அதெல்லாம் ஒண்ணுமில்ல. வேணும்னே. பாஸ் பண்ணாம, இருக்கான். அவனுக்கு என்னான்னா எங்கே பாஸ் பண்ணிட்டா, வேலைக்கு அனுப்பிடு வாங்களோன்னு பயம். ஜாலியா, என் செலவிலே சினிமா, டிராமா பாத்துண்டு ஊரை சுத்திண்டு வரான்... இதெல்லாம் கூட பரவாயில்ல...

வீட்டுக்குத் தெரியாம சிகரெட் பிடிக்கிறான்... அதை நெனைச்சாதான் வயித்தெரிச்சலா இருக்கு...

ஜானகி : அட நீங்க வேறே... இந்த காலத்துல 10க்கு 8 பேர் சிகரெட் புடிக்கிறாங்க...

சந்துரு : ஏன்... அந்த மீதி 2 பேர்ல ஒருத்தன் என் தம்பியா இருக்கிலாம்லியா?

ஜானகி : நான் இன்னும் முடிக்கவே இல்ல. இந்த மீதி 2 பேர் பீடி பிடிக்கிறாங்க...

சந்துரு : இப்பச் சொல்லுங்க. குடும்பம் ஒரு பல்கலைக் கழகம்னு சொன்னீங்களே... குடிகார அப்பா, குடும்பத்தில் பொறுப்பே இல்லாத அம்மா... உருப்படாத தம்பி... உதவாக்கரை மாமா... இந்த குடும்பத்தில இருந்துண்டு என்ன பிரயோஜனம்? எனக்கு தற்கொலை தவிர, வேறு வழி தெரியல...

ஜானகி : நீங்க ஏன் தற்கொலை பண்ணிக்கணும். நான் சொல்றதைக் கேளுங்க... இவங்களை விட்டுட்டு எங்கயாவது வெளியூர் ஓடிடுங்களேன்.

சந்துரு : அதெப்படி வெளியூர் போனா மட்டும் நிம்மதி கிடைக்குமா? மனசு அரிச்சுண்டே இருக்கும். என்னடா இது பெத்த அப்பா, அம்மாவை விட்டுட்டு வந்துட்டோமேன்னு மனசு கஷ்டப் படாதா? இப்பச் சொல்லுங்க. நான் தற்கொலை பண்ணிக்க நினைச்சது சரியா- தப்பா?

ஜானகி : உங்களுக்கென்ன... செத்துட்டு இந்த பார்க்கிலே பேயா அலைவீங்க. இங்க வந்து போறவங்களுக்கு இல்ல உபத்திரவம்... Ok. நம்ப Pointக்கு வருவோம். இப்ப உங்க பிரச்சனை உங்க குடும்பம் சரியில்லேங்கிறது. Ok...

சந்துரு : ஆமாம்.

ஜானகி : நீங்க நினைக்கிற மாதிரி உங்க குடும்பம் சரியாயிட்டா இந்த தற்கொலை முயற்சியை கைவிட்டுடுவீங்க இல்லையா?

சந்துரு : எனக்கென்னங்க. தற்கொலை பண்ணிக்கணும்னு தலையெழுத்தா? எனக்கும் மத்தவங்க மாதிரி நார்மலா செத்து நாலு பேர் தூக்கிட்டுப்

போகணும்தாங்க ஆசை... என் குடும்பம் மட்டும் சரியாயிட்டா நான் சந்தோஷமா உயிர் வாழ்வேங்க....

ஜானகி : இன்னிக்கு தேதி நவம்பர் ஒண்ணு நீங்க உங்க தற்கொலையை டிசம்பர் 1ந் தேதிக்கு தள்ளி வையுங்க.

சந்துரு : தள்ளி வச்சா...

ஜானகி : இந்த மாச Gapல உங்க குடும்பத்தை நான் சரிப்படுத்த முயற்சிக்கிறேன்.

சந்துரு : என் குடும்பம் நாய் வாலு. அதை நிமித்தறது ரொம்பக் கஷ்டம்...

ஜானகி : நிமிராத வாலை வெட்டி எறியணும். உங்களால நிமித்தவும் முடியல வெட்டி எறியவும், மன சில்ல. December ஒன்றாம் தேதி - நாம இதே இடத்தில மறுபடியும் மீட் பண்றோம். அப்ப, நீங்க நினைக்கிற மாதிரி உங்க குடும்பம் ஓரளவு சரியாயிருந்தா நீங்க இந்த தற்கொலை எண்ணத்தை கைவிட்டுடுங்க... சரிதானே?

சந்துரு : அப்படி சரியாகலேன்னா...?

ஜானகி : உங்களுக்கு தற்கொலை பண்ணிக்க சிரமம் கூட இல்லாம - நானே உங்களை கத்தியால குத்தி கொன்னுடறேன்... போதுமா...

சந்துரு : என்னங்க சொல்றீங்க...

ஜானகி : வீட்டுப் பொறுப்பு இல்லாம குடிச்சுண்டு சீட்டாடிண்டு இருக்கிற உங்கப்பாவை, ரேஷன் கார்டோட சக்கரை கியூவிலே நிக்க வைக்கறேன்.

சந்துரு : அய்யயயோ. எங்கப்பன் கைல சக்கரை வாங்க காசு கொடுத்தா, அதுல சல்பேட்டா வாங்கிடுவார்.

ஜானகி : உங்கம்மா லேடீஸ் கிளப் அது, இதுன்னு ஊரை சுத்தறதை விட்டுட்டு சாணி தெளிச்சு, கோலம் போட்டு சமைக்கிற குடும்பத் தாயா மாத்திக் காட்டறேன். உங்க தம்பி மூர்த்தி, இப்ப, உங்க செலவுல சிகரெட் புடிக்கிறான். அதே மூர்த்தியை சம்பாதிக்க வைக்கிறேன்... போதுமா?

சந்துரு : கேக்கிறேன்னு தப்பா நினைக்காதநீங்க... நான் யாரோ... நீங்க யாரோ... உங்களுக்கு ஏங்க இந்த அனாவசிய பிரச்சனை...

ஜானகி : என்னோட பிரச்சனையே லைப்ல ஒரு பிரச்சனையும் இல்லேங்கிறது தான். எனக்கும் பொழுது போக வேண்டாமா?

சந்துரு : சரிதான். என் கஷ்டம் உங்களுக்கு பொழுது போக்கா... ஆமாம். என்னை பத்தி இவ்வளவு தெரிஞ்சுண்டீங்க. உங்களப் பத்தி ஒண்ணும் சொல்லலியே... பாத்தா பணக்கார வீட்டுப் பொண்ணு மாதிரி தெரியுது...

ஜானகி : நெஜமாவே நான் பணக்கார வீட்டு பொண்ணுதான். எங்கப்பா லட்சாதிபதி... பைதி பை... உங்களுக்கு என்ன வயசாகுது...

சந்துரு : முப்பது.

ஜானகி : முப்பதா - பாத்தா அப்படித் தெரியலை.

சந்துரு : நான் டெய்லி எக்சைஸ்ல்லாம் பண்ணி, பாடிய டிரிம்மா வச்சுப்பேன்...

ஜானகி : No... No... பாத்தா 35, 36 இருக்கும் போல இருக்கே...

சந்துரு : ஆமாம்... ஏன் என் வயசைக் கேக்கறீங்க...

ஜானகி : ஒண்ணுமில்லே. சும்மாதான்... எனக்கு வயசு 28தான் ஆறது. உங்களைவிட சின்னவ... நீங்க என்னை பேரை சொல்லியே கூப்பிடலாம்...

சந்துரு : (வெட்கப்பட்டு) சரிங்க...

ஜானகி : மறுபடியும் சரிங்கன்னு சொல்றீங்களே. எம்பேரை சொல்லியே தைரியமா பேசலாம்.

சந்துரு : அதுல ஒரு சின்ன கஷ்டம் இருக்கு.

ஜானகி : என்ன...

சந்துரு : உங்க பேரை நீங்க இன்னும் சொல்லவே இல்லையே.

ஜானகி : ஓ... சாரி... என் பேர் ஜானகி...

சந்துரு : ஜானகியா... Sweet name. ஜானகி... நீ என் குடும்பத்தை மாத்தறதுக்கு முன்னாடி எனக்கு ஆபீஸ்லே ஒரு பெரிய பிராப்ளம் இருக்கு.

ஜானகி : என்ன.?

சந்துரு : எங்க ஆபீஸ்ல நான் மாடா உழைக்கி றேன். என்ன பிரயோஜனம்...? எனக்கு கீழே இருந்தவனுங்கெல்லாம் காக்கா புடிச்சு பெரிய ஆளாயிட்டான்... நான் கிளார்க்காவே இருக் கேன். எங்க மேனேஜர் ஒரு முசுடு. எங்கிட்டேயே வேலை வாங்கி என்னையே திட்டும்.

ஜானகி : எந்த கம்பெனியில வேலை பாக்கறீங்க...

சந்துரு : Indian exports imports. போன வருஷம்தான் வேலைக்கு சேர்ந்தேன். கிருஷ்ணன்னு ஒரு பையன். அவன் என்னை விட 400 ரூபா அதிகமா சம்பளம் வாங்குறான்.

ஜானகி : அதெப்படி

சந்துரு : அந்த கிருஷ்ணனை கண்டா எங்க மானேஜர் சம்சாரத்துக்கு ரொம்ப புடிக்கும். அவங்க சொன்னதைக் கேட்டு எங்க மேனேஜரும் அந்த கிருஷ்ணனுக்கு Increment மேலே Incrementடா கொடுக்கிறார். கிருஷ்ணன் மேனேஜர் சம்சாரத்தை கார்ல கோயிலுக்கு அழைச்சிக்கிட்டு போவான். சினிமாவுக்கு கூட்டிக்கிட்டு போவான்...

ஜானகி : நீங்களும் மேனேஜர் சம்சாரத்தை கைக்குள்ள போட்டு வச்சுக்கிறது...

சந்துரு : அய்யய்யோ ... எங்க மேனேஜருக்கு தெரிஞ்சா கொன்னுடுவார்...

ஜானகி : அப்ப, கிருஷ்ணன் மட்டும் எப்படி மேனேஜர் சம் சாரத்தோட பழகுறார்...

சந்துரு : என்னங்க பையன் அம்மாவோட பழக மாட்டானா?

ஜானகி : என்ன சொல்றீங்க. கர்மம். மானேஜரோட பையன்னு சொல்லித் தொலைக்கிறது. ஆமாம். உங்க கம்பெனி முதலாளிகிட்ட போய், நீங்க உன் மானேஜரை பத்தி ரிப்போர்ட் பண்றதுதானே...

சந்துரு : என் கம்பெனி முதலாளி யாரு... அவர் எங்க இருக்கார்... ஒண்ணும் எனக்கு தெரியாது. முதலாளியும் என் கம்பெனிக்கு வந்ததே கிடையாது. மேனேஜர்தான் எல்லாம்...

ஜானகி : நான் சொல்றதை கேளுங்க. நீங்க உங்க கம்பெனி பேர் என்ன? Indian, Imports exportsஆ

சந்துரு : இல்ல... Indian Exports Import.....

ஜானகி : ஏதோ ஒரு எழவு... அதை ராஜினாமா பண்ணுங்க... நான் உங்களுக்கு வேற ஒரு வேலை வாங்கித் தரேன்... மேனேஜரா ஒரு கம்பெனிக்கு... போதுமா?

சந்துரு : மேனேஜராவா... எந்த கம்பெனி ஜானகி?

ஜானகி : அதுதான் எனக்குத் தெரியாது. நாளைக்கு வீட்டுக்கு வாங்க. எங்கப்பாவுக்கு 1008 கம்பெனி இருக்கு. அதுல ஏதாவது ஒரு கம்பெனிக்கு உங்களை மேனேஜரா போடச் சொல்றேன்...

நாளைக்கு நீங்க எங்க வீட்டுக்கு வரும்போது... இப்ப, நீங்க வேலை செய்ற கம்பெனி முதலாளியைப் பத்தி கிழிகிழின்னு கிழிக்கணும்... ஏன்னா எங்கப்பாகிட்டே ஒரு கெட்ட குணம். தன் எதிர்ல இன்னொரு கம்பெனி முதலாளியை பத்தி திட்டினா உச்சி குளிர்ந்திடும். உடனே உங்களுக்கு மேனேஜர் வேலை போட்டு குடுத்துடுவார்...

சந்துரு : அவ்வளவுதானே... கிழிச்சிடுறேன்... ஆமா... எனக்கு எவ்வளவு சம்பளம்?

ஜானகி : 2000/- ரூபாயா சம்பளம் போட்டு தரேன் போதுமா?

சந்துரு : 2000/- ரூபாயா சம்பளம்... நிஜமாவா?

ஜானகி : ஆமாம்.

சந்துரு : இது சம்பளம் வருஷத்துக்கு ஒரு தடவை இல்லியே... மாசா மாசம் தருவீங்க இல்லே. அய்யோ 2000/- ரூபா சம்பளம்... புல்லரிக்குது. 2000/- சம்பளம். அப்பாவோட பேட்டாவ 150 லேந்து 200/- ஆக்கிடலாம். எங்கம்மா வீட்டுல

இருக்கிறதில்ல. சமைக்க ஒரு சமயக்காரிய போட்டுக்கலாம். என் தம்பி மூர்த்தி அனாவசியமா சார்மினார் புடிச்சு உடம்ப கெடுத்துக்கிறான். பேசாம அவனை 555 State Expres குடிக்கச் சொல்லலாம்...

ஜானகி : பாத்தீங்களா? உங்க குடும்பத்தக்கூட திருத்திடலாம். உங்களை திருத்த முடியாது. உங்களுக்கு சம்பளம் ஜாஸ்தி ஆக, ஆக, உங்க குடும்ப பிரச்சனையும் ஜாஸ்தியாகும். வீட்ல கேட்டா சம்பளம் 650/- ரூபான்னே சொல்லுங்க. அப்ப நான் கிளம்ப றேன்... நாளைக்கு வீட்டுக்கு வாங்க...

சந்துரு : உங்க வீட்டு அட்ரஸ்...

ஜானகி : No 5, சிவஞான கிராமணி தெரு, மாம்பலம். வெக்கப்படாம வாங்க. நீங்க வீட்டுக்குள்ள நுழைஞ்சதும் உடனே ராஜி உங்களை கையை புடிச்சு என்கிட்டே கொண்டாந்து ஒப்படைச் சுடுவான்...

சந்துரு : ராஜீங்கறது யாரு ? உங்க வீட்டு கூர்க்காவா?

ஜானகி : No... நான் வளர்க்கிற நாய்...

சந்துரு : நாயா? என்ன ஜானகி இது... ராஜி... என் கையை புடிச்சா கூட்டிண்டு போகும். விளையாடாதே. உங்க வீட்ல கூர்க்கா கிடையாது?

ஜானகி : சரி... அப்ப காலையில 9 மணிக்கு மேல் வாங்க... அப்ப நாயைக் கட்டி போட்டிருப்போம். கூர்க்காவை அவுத்து விட்டிருப்போம்...

சந்துரு : ம்... அப்புறம் எங்க குடும்பத்த சரிப்படுத்த Idea தரேன்னியே...

ஜானகி : அதைப்பத்தி நாளைக்குப் பேசுவோம்.

சந்துரு : If you Don't mind. என்னைப் போற வழியில கொஞ்சம் சைதாப்பேட்டையிலே டிராப் பண்றீங்களா?

ஜானகி : ஆமாம். இந்த நேரத்தில் சைதாப்பேட்டையில உங்களுக்கு என்ன வேலை?

சந்துரு : எனக்கு வீட்டுல பிராப்ளம், ஆபீஸ்ல பிராப்ளம்

மாதிரி வெளியில ஒரு பிராப்ளம். நேரம் வரும் போது அதை உனக்கு நானே சொல்றேன்.

ஜானகி : Ok. சொல்ல இஷ்டமில்லேன்னா வுடுங்க.

சந்துரு : அப்புறம் ஜானகி (கிளம்புகிறாள்). அந்த விஷ பாட்டில் கொடுத்திடேன்.

ஜானகி : ஏன் - அதான் தற்கொலையை கைவிட்டீங்களே. மறுபடியும் எதுக்கு விஷ பாட்டில்...

சந்துரு : எப்படியும் சாகத்தானே போறோம்ங்கிற தைரியத்திலே பார்மஸிகாரன் கிட்ட பணம் நாளைக்கு தரேன்னு சொல்லி வாங்கிட்டேன். இப்ப அதை திருப்பித் தந்துடணும். அதான்...

ஜானகி : (வாட்சை பாத்து) என்ன இது. இந்த ராஜப்பாவை இன்னும் காணோம்...

சந்துரு : யாரு அது ராஜப்பா...?

(ராஜப்பா Entry)

ராஜ : ஜானகியம்மா கூப்பிட்டீங்களா...

ஜானகி : ராஜப்பா - வா.வா... இவன்தான் ராஜப்பா...

சந்துரு : ராஜப்பாவா... நீங்க சொன்னீங்களே, உங்க வீட்டு நாய் ராஜி. அதோட அப்பாவா? ஹி... ஹி.... நாய் ஜாடை இருக்கே...

ஜானகி : ஷட் அப்! ராஜப்பா எங்க வீட்டு Cook cum driver

(திரை)

காட்சி: 3

இடம்: ஜனார்த்தனம் வீடு

(1) ஜனார்த்தனம் (2) ராஜப்பா (3) ஜானகி (4) சந்துரு

(ஜனார்த்தனம் சோபாக்கடியில் குனிந்து எதையோ தேடுகிறார். ராஜப்பாவும் உடன் தேடுகிறான்...)

ஜனார் : டேய் ராஜப்பா... எதைத் தேடற...

ராஜ : நீங்க எதை தேடறீங்க...

ஜனார் : போடா... மடையா... இங்க ஒகு File இருந்தது பார்த்தியா?

ராஜ : Fileனா இந்த பேப்பர் எல்லாம் ஒரு அட்டைல போட்டு கிளிப் போட்டு வைச்சிருக்குமே அதானே...?

ஜனார் : ஆமாம்...

ராஜ : இந்த டீப்பாய் மேலே இருந்ததே அதானே...

ஜனார் : ஆமாம்...

ராஜ : பச்சைக்கலர்தானே?

ஜனார் : ஆமாம்...

ராஜ : மேலே அர்ஜென்ட்னு எழுதியிருந்ததே அதானே?

ஜனார் : ஆமாண்டா...

ராஜ : அது இன்னேரம் வெந்நீர் அடுப்பிலே சாம்பலா யிருக்கும்...

ஜனார் : அடப்பாவி. என்னடா சொல்ற...

ராஜ : ஆமாங்க. நான் daily வெந்நீர் அடுப்பு பத்த வைக்க இந்த டீபாய்ல இருந்துதான் பேப்பர் எடுத்துப்பேன், இன்னிக்கு பேப்பருக்கு பதிலா File இருந்தது. சரி... இதுவும் பேப்பர்தானேன்னு எடுத்து, பத்த வைச்சுட்டேன்...

ஜனார் : அடப்பாவி... முக்கியமான Fileஐ, கொளுத் திட்டியே இன்னிக்கு Board meeting வேற இருக்கு.

(ஜானகி Entry)

ஜானகி : Daddy... Daddy... சந்துருக்கு மானேஜர் வேலை போட்டு தர்றேன்னிங்களே. என்ன ஆச்சு...

ஜனார் : சந்துரு... சந்துரு., He is appointed as a Manager போதுமா

ஜானகி : O. Thank you daddy, thank you.

ஜனார் : மொதல்ல - அந்த மேனேஜரை வேலையைவிட்டு அனுப்பணும். Important FILEஐ இப்படியா வச்சிட்டுப் போறது...

ஜானகி : Daddy... சந்துரு work பண்ற கம்பெனி மேனேஜர் கூட ரொம்ப மோசமாம்... மேனேஜர்ல்லாம் மோசம்தான் போலிருக்கு.

ஜனார் : ஏண்டா. ராஜப்பா. நீயானா ஒரு வார்த்தை கேக்கப்படாதா? File ஐ கொண்டு போய், அடுப்புல வைச்சிட்டியே...

ராஜ : என்னங்க... இதுதான் எனக்கு ரொம்பநாள் பழக்கமாச்சே... புதுசா இன்னிக்கு போய் கோவிச்சிக்கிறீங்களே. இதுவரை எத்தனை Fileஐ எரிச்சிரிக்கேன்...

ஜனார் : இதுல பெருமை வேற. ஐயோ இப்ப நான் என்ன பண்ணுவேன்.

ஜானகி : எந்த கம்பெனி File.....

ஜனார் : நம்ம கம்பெனிதாம்மா

ஜானகி : அது தெரியும் கம்பெனி பேர் என்ன?

ஜனார் : Indian exports & imports அந்த மானேஜரை முதல் காரியமா வேலையை கிழிச்சு, வீட்டுக்கு அனுப்பணும்

ஜானகி : *(அதிர்ந்து)* indian Exports Imports நம்ம கம்பெனியா?

ஜானகி : நீ ஏம்மா ஆச்சர்யப்படறே... நம்ம கம்பெனியே தான்

ஜானகி : ஒண்ணுமில்லே... சும்மாதான்...

ஜனார் : நீ கவலைப்படாதே. இனிமே அந்த கம்பெனிக்கு

நீ சொன்ன சந்துருவையே மேனேஜராப் போட்டு கிறேன்.

(சந்துரு Entry)

சந்துரு : நமஸ்காரம் சார்.

ஜனார் : நமஸ்காரம். வாப்பா... நீ யாரு...

ஜானகி : Daddy & இவர்தான் சத்துரு. இல்ல, சந்துரு... சந்துரு... உனக்கு அப்பா மேனேஜர் வேலை தரேன்னுட்டார்... வாங்க... போகலாம்... ஒண்ணும் பேசாதீங்க...

(கையை பிடித்து இழுக்கிறாள்)

சந்துரு : இரு, ஜானகி... நான் இன்னும் பழைய கம்பெனிய பத்தி திட்டவே இல்லியே... சார், என் கம்பெனி முதலாளி இருக்காரே சரியான லூஸ்...

ஜானகி : (காலை மிதித்து).

சந்துரு : ஆ... (அலறி) - ஜானகி please காலை மிதிக்காதே.

ஜனார் : ஜானகி!

சந்துரு : அந்த கம்பெனி முதலாளி சரியான கிராக்கு சார். கம்பெனிக்கு வரதே இல்ல. எல்லாம் மேனேஜர் பொறுப்புதான். அவன் நல்லா சாப்பிடுவான். அந்த மொதலாளியை பாத்தா உதைக்கணும் சார்.

ஜானகி : (காலை மிதித்து)

சந்துரு : ஆ... (அலறியபடி) என்ன ஜானகி காலை மிதிக்கிற. (சோபா மேலே ஏறிக்கொண்டு) மன்னிக்கணும். உங்க பொண்ணு காலை மிதிக்கிறா. கஷ்டமாயிருக்கு. நான் இங்கே நின்னுண்டு பேசறேன் என்ன...

ஜனார் : So, உங்க கம்பெனி முதலாளி ரொம்ப மோசங்கறே?

சந்துரு : ரொம்ப மோசங்க. கம்பெனி பக்கம் தலை வைச்சுக் கூடப் படுக்கிறதில்லே. ரொம்ப மோசங்க. உங்களுக்கு நம்பிக்கையில்லே நான் PROVE பண்றேன் பாருங்க... நேத்து முதலாளி கேட்டார்னு அந்த மானேஜர் தப்பு தப்பா வரவு,

செலவு கணக்கு எழுதி, ஒரு பச்சை FILE ஐ வைச்சான். நான் அவனுக்கு தெரியாம FILE ஐ மாத்திட்டேன். (Fileஐ கொடுத்து)

இதோ பாருங்க. படிச்சு பாருங்க. File அத்தனையும் Fraud. Indian exportt

ஜனார் : சந்துரு. நீ work பண்றது Indian Export and Import கம்பெனிலயா...

சந்துரு : ஆமாம்... ஏன்... உங்களுக்கு எப்படி தெரியும்?

ஜனார் : உங்க முதலாளிய நீ பார்த்திருக்கிறாயா?

சந்துரு : இல்லீங்க. ஆனா அந்த ஆளு ஒரு பொறுக்கீங்க. இப்படியா ஒரு பிளாகாட் கம்பெனில என்ன நடக்கிறதுன்னு தெரியாம குடிச்சுட்டு இருப்பான் திருட்டு ராஸ்கல்...

ஜனார் : போதும்... போதும்... அந்த முதலாளிய திட்டாதே.

சந்துரு : ஏன் சார்... அந்த பேமானிய திட்டினா...

ஜனார் : அந்த பேமானி நான்தான்ப்பா.

சந்துரு : ஆங்... அப்படியா... (அதிர்ந்து குதித்து) சார்... நீங்களா அது ... சாரி சார்... வந்து... வந்து சார் தெரியாம சார் - என்ன இது ஜானகி இவர்தான் கம்பெனி முதலாளின்னு சொல்லக்கூடாது...

ஜானகி : நீங்க சொல்ல விட்டாத்தானே...

சந்துரு : சார் மன்னிக்கணும்... உங்களை குடிகாரன். அது இதுன்னு.

ஜனார் : It is ok. நானும் என் தப்பை Realise பண்ணி விட்டேன். நான் கம்பெனி பக்கம் வராததாலதானே அந்த மேனேஜர் என்னை ஏமாத்தறான்... சந்துரு...

சந்துரு : என்ன சார்

ஜனார் : இனிமே நீ தான் Indian Export and Import கம்பெனி மேனேஜர் - மாசம் 2000 ரூபா சம்பளம். O.k.

(ஜனார்த்தனம் Exit)

சந்துரு : மாசம் 2000 ரூபாயா! ஜானகி நீ ஏன் காலை மிதிச்சேன்னு இப்பதான் புரியுது. 2000 ரூபா

சம்பளம்னா, நீ என்னைக் கீழே போட்டு மிதிச்சாக்கூட தப்பில்லே... அப்பா...! 2000 ரூபாய் சம்பளம் முதல் மாச சம்பளத்தை அஞ்சு, அஞ்சு பைசாவா சில்லறையாய் மாத்தி ஆசை தீர மூட்டையாக் கட்டி தூக்கிட்டு போகணும்...

(ராஜப்பா Entry with coffee)

ராஜ : இன்னும் மூட்டை தூக்குற புத்தி போகுதா பார். என்னடா இது. நானும் 15 வருஷமா இந்த வீட்டுல நாயா உழைக்கிறேன். இவன் இன்னிக்குதான் வந்தான். முதலாளியை கன்னாபின்னானு திட்டினான். இவனுக்கு 2000 ரூபா சம்பளம். இந்த காலத்தில முதலாளிய திட்டினாதான் சம்பளம் உயரும் போலது.

ஜனார் : (உள்ளிருந்து குரல்)

ஜனார் : டேய்... ராஜப்பா...

ராஜ : என்னடா... ஆங்... என்ன பாஸ். இந்தாங்க Mr. சந்துரு. எங்க அம்மா கைபட கலந்த காபி.

சந்துரு : உங்க அம்மாகூட இங்கதான் வேலை செய்றாங்களா...

ராஜ : நான் எங்கம்மான்னு, சொன்னது ஜானகி அம்மாவை.

சந்துரு : ஜானகி... உனக்கு அம்மா இருக்கான்னு எங்கிட்ட சொல்லவே இல்லையே... எங்கே தாய்குலம்...

ஜானகி : அய்யோ ராஜப்பா அம்மான்னு சொன்னது என்னைதான்.

ராஜ : (சந்துரு காபியை குடிக்க வாயில் கொண்டு செல்லும்போது) என்ன சார். வீட்லே சொல்லிட்டு வந்திட்டிங்களா.

சந்துரு : ஆ... (காபியை குடித்துவிட்டு) ஜானகி காபி A class. பிரமாதமா இருக்கு...

ராஜ : சந்துரு சார்... இப்ப நீங்க சாப்பிட்டது காபி இல்ல. Bournvita. நான் வேணும்னு உங்களை test பண்ணத்தான் Coffeeன்னு சொன்னேன் அதெப்படி காபி A Class பிரமாதமா இருக்கா? நீங்க பேசல

சார். உங்க 2000 ரூ சம்பளம் பேசுது.

ஜானகி : சந்துரு நீங்க தப்பா எடுத்துக்காதீங்க... என்னடா இது. ராஜப்பா இப்படி லூஸ்தனமா பேசறானேன்னு. ரொம்ப நல்லவன். பதினைஞ்சு வருஷமா எங்க குடும்பத்துல பழகறான்.

ராஜ : இப்ப புரிஞ்சுக்குங்க. நான் ஏன் லூஸ்தனமா பேசுறேன்னு. சார் காபி டம்ளர் கொடுக்கிறீங்களா?

சந்துரு : காபி டம்ளரா. இப்பதான் போர்ன்விட்டான்னே. அப்புறம் என்ன காபி டம்ளர்...

ராஜ : நான் காபி டம்ளர்ன்பேன் - போர்ன்விட்டான்பேன். ஏன் Horlicksனு கூட சொல்லுவேன். குடிக்கிற உங்களுக்கு அறிவு வேணாம்?

சந்துரு : அய்யோ... தலை மயிரை பிச்சுக்கணும் போல இருக்கு. ஜானகி Please நான் சாப்பிட்டது காபியா... போர்ன்விட்டாவா... இல்ல... Horlicksசா..."

ராஜ : (வந்து) மூணும் இல்ல. Butter Milk போதுமா

(ராஜப்பா Exit)

ஜானகி : அவனை விடுங்க. Coming to owr problem இனிமே உங்களைத் திட்டறதுக்கு மேனேஜர் கிடையாது. நீங்களே மேனேஜர் ஆயிட்டீங்க.

இனிமே உங்களை நீங்களே கண்ணாடி எதிர்ல நின்னுண்டு திட்டிண்டாத்தான் உண்டு.

சந்துரு : ஜானகி உன்னை எப்படி thank பண்ணறதுன்னே தெரியலை. எனக்கு பெரிய தலைவலியா இருந்த ஆபீஸ் ப்ராப்ளம் OVER.

ஜானகி : Then Next. உங்க வீட்லே உள்ளவங்களை திருத்தறத்துக்காக நான் சில பயங்கரமான Planலாம் வச்சிருக்கேன். அதெல்லாம் Successfulஆ முடியனும்னா நீங்க அதுக்கு தைரியமா ஒத்துழைக்கணும். உங்களால் உபகாரம் பண்ண முடியலைனாலும் உபத்திரவம் பண்ணி காரியத்தை குட்டிச் சுவராக்கிடாதீங்க...

சந்துரு : ஒண்ணும் கவலைப்படாதே ஜானகி. இனிமே நீ எது சொன்னாலும் கண்ணை மூடிண்டு செய்

வேன். உங் கையால விஷத்தை கொடுத்தாக்கூட குடிச்சிடுவேன் போதுமா...

ஜானகி : உங்களுக்கு விஷம் சாப்பிடறது அல்வா சாப்பிடற மாதிரி...

சந்துரு : ஆமாம். என்னமோ பயங்கரமான plan இருக்குன்னியே என்னது.

ஜானகி : மொதல்ல உங்க மாமா ஒருத்தர் அனாவசியமா ஏதாவது வியாதியை சொல்லிண்டு வீட்டுலயே தங்கி, உங்களுக்கு செலவு வைக்கிறார்னு சொன்னீங்களே. பிள்ளையார் சுழி, அவரை வச்சுதான் போடப் போறேன்

சந்துரு : மாமாவை திருத்த ஏன் ஜானகி அனாவசியமா சிரமப்படணும். அவர் என் குடும்பத்தை சேர்ந்தவரேயில்ல. அவர் திருந்தி எனக்கென்ன லாபம்!

தானகி : ww.சந்துரு, நான் உங்க மாமாவை திருத்தப் போறதில்ல. துரத்தப் போறேன். வீட்டை விட்டே...

சந்துரு : சத்தியமா உன்னால முடியாது. அவருக்கு எங்கம்மாவோட Support இருக்கிற வரை அவரை வீட்டை விட்டு துரத்தறது ரொம்ப கஷ்டம்.

ஜானகி : Suppose உங்க மாமாவே வீட்டவிட்டு சொல்லிக் காம ஓடிட்டா...

சந்துரு : புரியலையே...

ஜானகி : புரிய வைக்கிறேன். இன்னிக்கு வீட்டுக்கு போனதும், உங்க மாமா கிட்டெ, உங்க அம்மா, அப்பாவை எதிர்ல வைச்சுண்டு, இந்த மாதிரி எனக்கு தெரிஞ்ச Specialst டாக்டர் ஒத்தர் இருந்தார். அவர் நாளக்கு மாமாவை செக்கப் பண்ணி வரேன்னிருக்கார்னு சொல்லுங்க...

சந்துரு : Specilist டாக்டரா அது யார்?

ஜானகி : டாக்டர் ஜானகி. நான்தான்.

சந்துரு : ஜானகி. நீ... நீ... டாக்டரா...

ஜானகி : yes நான் டாக்டர். (உள்ளே பார்த்து) ராஜப்பா...

ராஜப்பா... (என்றதும் ராஜப்பா வர) ராஜப்பா நீ தான் கம்பவுண்டர், சரியா?

ராஜ : சரிம்மா

சந்துரு : என்னது நீதான் கம்பவுண்டர்னு சொன்னதுமே ஏன், எதுக்குனு கேக்காம, ராஜப்பர சரிங்கிறான். இந்த Plan ராஜப்பாவுக்கு முதல்லியே தெரியுமா?

ஜானகி : Infact இந்த plan ஐ சொன்னதே ராஜப்பாதான்...

சந்துரு : ஆமாம். இதெல்லாம் எதுக்கு...

ஜானகி : சந்துரு உங்க மாமாவுக்கு என்ன நெஜமாவே உடம்பில அவ்வளவு வியாதி இருக்கா?

சந்துரு : சத்தியமா இல்லை. சும்மா வேஷம் போடுறார்... வியாதி இருக்கிறதா நடிக்கிறார். ஏன்? கேட்கறே?

ஜானகி : நெஜமாவே தூங்கிறவனை எழுப்பலாம். உங்க மாமா தூங்கிற மாதிரி நடிக்கிறார். So அடிச்சுத்தான் எழுப்பணும். நான் உங்க வீட்டுக்கு நாளைக்கு டாக்டரா வந்து உங்க மாமாவை செக்கப் பண்றா மாதிரி பண்ணிட்டு அவருக்கு சில பயங்கரமான வியாதிகள் இருக்கிறதா சொல்லப் போறேன்.

சந்துரு : என்ன வியாதி.

ஜானகி : ராஜப்பா நம்ப ப்ளாளை சாருக்கு படிச்சு காட்டு.

ராஜ : உங்க மாமாவை செக் பண்ணிட்டு, அவருக்கு இருக்கிறதா சொல்லப் போற வியாதிகள், வாயில் அல்சர், வயத்தில ஆஸ்மா, நெத்தில டயாபடிஸ், நெஞ்சில அப்பண்படிசையும் Vdயும் இன்ப சுக நோய்களும் தவிர, உலகத்திலுள்ள அத்தனை வியாதியும் இருக்கிறதா சொல்லப் போறேன்.

ஜானகி : உடனே நீங்க என்னை பாத்து, டாக்டர், மாமாவை எப்படியானா காப்பாத்துங்கன்னு உணர்ச்சிகரமா சொல்லனும்.

சந்துரு : யாரு... நான்... நான்... சொல்லனுமா?

ராஜ : ஜானகியம்மா, எனக்கு என்னமோ இந்தாள் குழம்பிடப் போறான்னு தோணுது. பேசாம நீங்க டாக்டரா, நான் கம்பவுண்டருக்கு பதிலா நான்தான் சந்துருன்னு சொல்லிகினு வந்து, இந்த ஆள் டயலாக்கெல்லாம் பேசிடறேன்.

ஜானகி : சந்துரு சொல்றேன்னு வாய்விட்டுச் சொல்லுங்க ளேன்.

ராஜ : சொல்லலைன்னா இதோ இந்தாளுதான் எங்களை இட்டாந்தான்னு கை காட்டிட்டு நாங்க போய்கினு இருப்போம்.

சந்துரு : இல்ல... இல்ல... சொல்றேன்... சொல்றேன்...

ஜானகி : சந்துரு, இன்னும் 24 மணி நேரத்துக்கு உள்ள ஒரு ஆப்ரேஷன் பண்ணாதான், உங்க மாமாவை நீங்க உயிரோட பாக்கமுடியும்னு சொல்லுவேன்.

சந்துரு : ஜானகி இதுல ஒரு சின்ன ப்ராப்ளம் இருக்கு, Suppose எங்க மாமா Operationனுக்கு சரின்னு ஒத்துண்டா உனக்கு operation பண்ண தெரியுமா?

ராஜ : ஜானகியம்மா எனக்கென்னமோ இந்தாளை வச்சுண்டு நாம நாளைக்கு ரொம்ப கஷ்டப்பட போறோம்னு தோணுது. ஏன் வாத்தியாரே... உங்க மாமன் பொய் வியாதிகளா சொல்றான். Operationக்கு ஒத்துப்பானா? திருடனுக்கு தேள் கொட்டினா மாதிரி முழிப்பான். ராவோட ராவா சொந்த ஊருக்கு ஓடிடுவான்.

சந்துரு : அது இல்ல ராஜப்பா. ஒருவேளை மாமா Operationக்கு ஒத்துண்டார்னா...

ராஜ : ஒத்துக்கிட்டுமே. நான் பண்றேன் Opreation.

சந்துரு : நீ பண்றியா - உனக்கு எப்படி Opreatin பண்ணத் தெரியும்.

ராஜ : Operation யார் வேணாலும் பண்ணலாம் வாத்தியாரே. Correctடா பண்றதுதான் கஷ்டம். நீ கவலைப்படாதே. வீட்டுக்கு போ, நாளைக்கு வந்து நாங்க கவனிச்சுக்கிறோம்.!

ஜானகி : But சந்துரு. நாங்க வரதுக்கு முன்னாடியே, முன் னேற்பாடா எங்களை பத்தி சொல்லி வைச்சு பெரிய Specialist டாக்டர் வரார். அவர் கூட கம்பவுண்டரும் வரார்னு சொல்லுங்க.

ராஜ : சொல்லறதான் சொல்ற. Specialist கம்பவுண்டர்னு உசத்தியா சொல்லு வாத்தியார்.

சந்துரு : கவலப்படாதே ஜானகி. ஆமாம் Specilist டாக்டர்னா, உடனே எங்க வீட்லே என்ன படிச்சிருக்கான்னு கேப்பாங்களே...

ராஜ : டாக்டர் ஜானகி M.A.B.L ன்னு சொல்லு வாத்தியார்.

ஜானகி : ராஜப்பா M.A.B.L. படிச்சிட்டு டாக்டராக முடியாது. சந்துரு டாக்டர் ஜானகி M.B.B.S ன்னு சொல்லுங்க.

ராஜ : ஏன் இப்ப டாக்டர் ராதாகிருஷ்ணன் இல்லியா - அவர் என்ன M.B.B.S ஆ படிச்சாரு. அவரையும்தான் டாக்டர்னு சொல்லறோம் நீ அம்மா மனசுக்கு பட்டதை சொல்லு வாத்தியார். இப்பெல்லாம் டாக்டர் பட்டத்துக்கும் படிப்புக்கும் துளி கூட சம்பந்தமே கிடையாது.

சந்துரு : கடைசியா ஒரு டவுட்டு ஜானகி.

ஜானகி : என்ன?

சந்துரு : இந்த ப்ளான் Work out ஆகும்கிறே... ?

ராஜ : நீ தேறவே மாட்டியா. வாயைத் தொறந்தா போதும். அபசகுனம் - நீ பூட்ட கேஸு...

சந்துரு : அது இல்ல ராஜப்பா... இப்ப ஜானகி பொம்பளை. நீ என்ன சொல்ற....

ராஜ : நான் என்னெய்யா சொல்லறது. உனக்கு புரிஞ்சா சரி...

சந்துரு : இல்ல... சாதாரணமா லேடி டாக்டர்ல்லாம் பிரசவம் பாக்கிறவங்களாத்தான் இருப்பாங்க. இந்த மாதிரி டயாபிடிஸ், Heart Attack, அல்சர் இதுக்கெல்லாம் ஆம்பளை டாக்டர்தான் வருவாங்க. அதான் சொல்றேன். லேடி டாக்டர்னா நம்புவாங்களா?.

ராஜ : அப்படி உனக்கு பயமா இருந்தா, ஜானகியம்மா உங்க மாமாவை செக்கப் பண்ணிட்டு சந்துரு... சந்துரு... Congralation. உங்க மாமா அப்பாவா போறார். நீ இன்னும் 24 மணி நேரத்துக்குள்ள சிசரியன் ஆப்ரேஷன் பண்ணலேன்னா, அவர் குளோஸ்னு சொல்லிட்டா போறது...

(திரை)

காட்சி: 4

இடம்: சந்துருவின் வீடு

(1) சந்துரு (2) மாமா (3) ரங்கனாதன் (4) ஜானகி (5) ராஜப்பா (6) மைதிலி (7) மூர்த்தி

மாமா : ஏன் இன்னும் டாக்டர் ஜானகியை காணோம்?

சந்துரு : என்ன மாமா... போன் பண்ணி 10 நிமிஷம் தானே ஆறது. Shedலேந்து காரை வெளியில எடுக்கவே 5 நிமிஷம் ஆகாதா...

மாமா : காரா - டாக்டர் ஜானகிகிட்ட கார் இருக்கு?

மைதிலி : என்ன... டாக்டர் கார் வைச்சிருக்க மாட்டாங்களா?

மாமா : அது இல்ல. நான் பாத்து அவங்ககிட்ட கார் கிடையாதேன்னு.

ரங்க : யாராவது பாத்தா கண்ணு பட்டுடப்போகு தேன்னு ஒரு வேளை காரை பீரோவில் ஒளிச்சு வைச்சிருக்கலாமில்லியா...

மாமா : ஏன் இன்னும் டாக்டர் வரலே.

ரங்க : அப்படி பெனாத்தாம உக்காரும். மெல்ல வரட்டுமே... இப்ப நீர் என்ன உசிருக்கா போராடிண்டிருக்கீர்... கெடந்து அலையறேனே...

மாமா : அது இல்லடா. ரங்கனாதா... நேத்து இருமச்சே கடைசியா ரத்தம் வந்தது. அதான் என்னவா இருக்கும்னு பயமா இருக்கு.

ரங்க : உடம்புல ரத்தம் ஓரளவு இருக்குனு அர்த்தம். பேசாம இருக்கீரா...

சந்துரு : மாமா. டாக்டர் வந்து எது சொன்னாலும் ஒத்துக் கோங்கோ...

மாமா : ஏன் அப்படி ... ஏதானா தப்பா சொல்லிடுவாரா?.

சந்துரு : அது இல்ல. அட Suppose 24 மணி நேலத்துல ஆபரேஷன் பண்ணியாகணும்னு சொல்றானு வச்சுக்கோங்க...

மாமா : ஆபரேஷனா... சேச்சே... அதெல்லாம் சொல்ல மாட்டார்.

சந்துரு : அட. சொன்னா... வேண்டாம்னு நீங்க மறுத்துடாதீங்க. உடம்புதான் முக்கியம் நமக்கு.

மைதிலி : ஏண்டா சந்துரு. டாக்டர் ஜானகின்னா, பொம்பளை பேரா இருக்கே.

மாமா : மைதிலி... பொம்பளை பேர்தான். ஆனா...

சந்துரு : மாமா நீங்க பேசாம இருங்க. ஜானகியா, இருந்தா என்ன லஷ்மியா இருந்தா என்ன...

மாமா : சந்துரு... அதுவந்து...

சந்துரு : மாமா, நீங்க. பேசாதீங்க... டாக்டர் ஜானகி ஆம்பளையாவும் இருக்கலாம். இல்லே. பேருக்கு ஏத்த மாதிரி பொம்பளையாவும் இருக்கலாம். டாக்டர் ஜானகியை நானும் பாத்தது கிடையாது. ஒரு வேளை மாமாவேனா பாத்து அவரை வரச் சொல்லி ஏதானா செட் அப் பண்ணியிருக்கலாம்.

மாமா : No... No. அப்படிலாம் எதுவும் Setupலாம் கிடையாது. நான் டாக்டரை பாத்ததும் கிடையாது. பேசினதும் கிடையாது. டாக்டர் ஜானகி famous பேரா இருந்ததால கூப்பிடச் சொன்னேன். அவர் ஆம்பளையா பொம்பளையான்னு வந்தாத்தான் தெரியும்...

சந்துரு : இது போதும்... மாமா, நீங்க இனிமே ஒரு வார்த்தை கூட பேசக்கூடாது...

(காலில் பெல் - கார் சத்தம்)

சந்துரு : டாக்டர் வந்தாச்சு...

(ஜானகியும், ராஜப்பாவும் Entry)

ராஜ : He is டாக்டர் ஜானகி... சாரி She is டாக்டர் ஜானகி. M.B.B.S. I am கம்பவுண்டர் ராஜப்பா. No... M.B.B.S.

மாமா : நீங்க டாக்டர் ஜானகியா...

ஜானகி : ஆமாம். ஏன்...

மாமா : இல்லை டாக்டர் ஜானகி, ஆம்பளை இல்லியோ ஆச்சரியமாயிருக்கே.

ரங்க : நியாயமா பாத்தா ஜானகிங்கிற பேர்ல ஆம்பளை வந்தாத்தான் நீங்க ஆச்சரியப்படனும்...

ஜானகி : ஆமாம். எனக்கு டெலிபோன் பண்ணினது யாரு.

சந்துரு : நான்தான் மேடம்... எம் பேர் சந்துரு.

மாமா : டாக்டர், உங்க டெலிபோன் நம்பர் என்ன?

ஜானகி : 444422 ஏன் ?

மாமா : என்ன எழவுடாது. இது ஜானகிராமன். டெலிபோன் நம்பர்னா...

ஜானகி : ஜானகிராமனா...

ராஜ : டாக்டர் I think இவர் வியாதி முத்தி உளர்றார் போலிருக்கு. ரொம்ப சீரியஸ் கேஸ்.. உடனடியா கவனிங்க...

சந்துரு : டாக்டர்... இவர்தான் என்னோட மாமா... கடந்த ஒரு வாரமா பயங்கரமா இருமுறார்...

ஜானகி : ஒரு நிமிஷம் இப்படி வாங்க (கையை பிடித்து) ராத்திரி வேளைல Between 2 to 3 உங்களுக்கு இருமல் வரணுமே...)

மைதிலி : Correct ஆ சொன்னீங்க டாக்டர்? சும்மா சொல்லக்கூடாது. எப்படி இவ்வளவு கரெக்டா டயத்தை சொன்னீங்க...

ராஜ : டாக்டர் M.B.B.S படிச்ச கையோட, கொஞ்சம் நாடி ஜோஸ்யமும் படிச்சிருக்கார். ஏன் சந்துரு... சில சமயம் இருமி... கிருமி... ரத்தம் கூட லேசா வெளியில வந்திருக்கணுமே...

ரங்க : வந்துதே... நேத்து ராத்திரி இருமறச்சே சொட்டு ரத்தம் வந்ததா இவரே சொன்னார். ஆமா உங்களுக்கு எப்படித் தெரிஞ்சது...

ராஜ : எல்லாம் கேள்வி ஞானம்தான். டாக்டரோட பழகி, பழகி நானும் பாதி டாக்டராயிட்டேன்.

ஜானகி : ராஜப்பா... அந்த ஊசியை எடு.

மாமா : ஊசியா... எதுக்கு?

ராஜ : உங்களை தைக்கிறதுக்கு. ஊசி போடத்தான்.

மாமா : டாக்டர், ஊசிலாம் வேணாம் டாக்டர்... எனக்கு இருக்கிறது சாதாரண இருமல்தான். மார்கழி மாசம் போச்சுன்னா இருமலும் போயிடும்...

ராஜ : இப்ப நீங்க இருக்கிற நிலைமைக்கு மார்கழி 12 மாசம் போறதுகுள்ளே நீங்களே போயிடுவீங்க... இந்தாங்க டாக்டர்...

மாமா : டாக்டர் ப்ளீஸ்... ஊசி வேணாம் டாக்டர்...

ஜானகி : Afterall ஊசிக்கே இப்படி பயப்படறீங்களே... இன்னும் 24 மணி நேரத்துக்குள்ள உங்களுக்கு Operation பண்ணியாகணும். இதுக்கு என்ன சொல்றீங்க.

மாமா : ஆபரேஷனா...

ராஜ : ஆமாம்... ஊசி எதுக்குனு நினைச்சீங்க. ஆபரேஷன் வரை உங்க உயிரை பிடிச்சு வச்சுக்க... டாக்டர்...

ஜானகி : என்ன ராஜப்பா...

ராஜ : ஒவ்வொரு வாட்டியும் எனக்கு சான்ஸ் தரேன். தரேன்னு சொல்லி ஏமாத்தறீங்க. atleast இந்த வாட்டியாவது சாரோட ஆபரேஷன் பண்ண சான்ஸ் தரீங்களா...

ஜானகி : டெபனட்லி...

ராஜப்பா : Thank you டாக்டர்

(ஊசி போட வரும்போது)

ஜானகி : ஆமாம்... என்னது கையில் ஒரே பொட்டு பொட்டா இருக்கு புண் மாதிரி...

மாமா : கொசுக்கடி... புண் இல்ல...

ஜானகி : No. No. இது கொசுக்கடி இல்ல. ராஜப்பா பாரு...

ராஜ : தோ பாருங்க, சந்துரு... உங்க மாமா ரொம்ப சீரியஸான stageலதான் இருக்கார்.

சந்துரு : எனக்கு புரியலை. ஆனா டாக்டர் நான் உங்களை தெய்வமா மதிச்சு கேக்கறேன். எப்படியானா என் மாமாவை காப்பாத்துங்க... என்ன செலவு

ஆனாலும் பரவாயில்லே. நான் ஏத்துக்கிறேன் மாமா உடம்பை தலையிலேந்து பாதம் வரை, நார், நாரா கிழிச்சு நீங்க ஆபரேஷன் பண்ணினாலும் பரவாயில்ல... நான் அதுக்கு உண்டான பணத்தைத் தந்துடறேன். என் மாமாவைப் பிரிஞ்சு, என்னால ஒரு நிமிஷம் கூட உயிர் வாழ முடியாது...

ராஜ : இவருக்கு Blood Cancer முத்தின stageல இருக்கு... அதான் அதுக்கு அறிகுறியா கையில் பொட்டு பொட்டா புண்ணுங்க... Allergie action. டாக்டர் - இப்ப ஒரு ஊசி போட்டார் இல்லியா?

சந்துரு : ஆமாம்...

ராஜ : இதிலேயே தெரிஞ்சிடும் Blood Canserஆ. இல்லியான்னு. Blood Cancerஆ இருந்தா அந்த ஊசி இவரை ஒண்ணும் பண்ணாது. Suppose இவருக்கு மட்டும் Blood Canser இல்லேன்னு வச்சுக்குங்க. யானைக்கால் மாதிரி கை கால் பெரிசா உப்பி அப்படியே தங்கிடும்...

மாமா : டாக்டர்...

ஜானகி : அப்ப, நாங்க கிளம்பட்டுமா... சந்துரு இவரை எங்கயும் வெளியில் போக விடாதீங்க. நாளை காலையில் என்னோட நர்ஸிங் Homeல வந்து இவரை சேத்துடுங்க... நாளைக்கு சாயங்காலம் இவருக்கு ஒரு மேஜர் ஆபரேஷன் பண்ணி யாகணும்... ராஜப்பா - ஆபரேஷனுக்கு வேண் டிய, ஏற்பாடு எல்லாம் செஞ்சுடு...

ராஜ : நீங்க ஒண்ணும் கவலைபடாதீங்க டாக்டர்... இது மாதிரி ஏதான ஆபரேஷன் வரும்னு தெரிஞ்சுதான் நேத்தியே நான் கத்தி - கத்தரிகோலை எல்லாம் சாணை புடிக்கக் கொடுத்துட்டேன். டாக்டர்... இவருக்கு ஆபரேஷன் வயத்துலயா. இல்ல... நெஞ்சிலயா...

ஜானகி : அத ஆபரேஷன் பண்றபோது Decide பண்ணிப்போம்...

ராஜ : ஏன்னா. வயிறா இருந்தா கத்தியால கீறிடலாம். இவரை பாத்தா கல் நெஞ்சுக்காரரா தெரியுது.

ஆபரேஷன் நெஞ்சுலன்னா, உளி, சுத்தியால உடைக்க வேண்டிவரும். அதான் கேட்டேன். உளி, சுத்தி தேவையா?

ஜானகி : ராஜப்பா... நீ வழக்கம் போல ஆபரேஷனுக்கு prepareடா -ஆயுதபாணியா வா - நான் அந்த சமயத்தில எதை கேப்பேன்னு சொல்ல முடியாது.

ராஜ : சரி... அப்ப எதுக்கும் ஒரு கடப்பாரையும் வாங்கி வைச்சுக்கிறேன். வியாதி முத்தி, புரையோடிப் போயிருந்தா தோண்ட வேண்டி வரும் இல்லியா...

ஜானகி : அப்ப நான் வரேன். ஒண்ணும் பயப்படாதீங்க. தைரியமா இருங்க. நாளைக்கு ஆபரேஷன்...

மாமா : சந்துரு! ஆபரேஷன் வேணாம்டா...

மைதிலி : நன்னாயிருக்கே... சந்துருவுக்கு என்னெ தெரியும்... டாக்டரே சொல்லியாச்சு. நீங்க பேசாம இருங்கோ மாமா...

(மூர்த்தி Entry)

மைதிலி : வாடா... மூர்த்தி... வா.... வா... டாக்டர் இவன் தான் மூர்த்தி...

ஜானகி : தெரியும்... உங்க இரண்டாவது பையன்தானே.

மைதிலி : அதெப்படி உங்களுக்குத் தெரியும் - நீங்க மூர்த்தியை இப்பதானே பாக்கறேள்...

ஜானகி : அது வந்து... அது... சந்துருவோட ஜாடை இருக்கிறதாலே அவர் தம்பின்னு guess பண்ணிட்டேன்... அவ்வளவுதான் என்னப்பா... மூர்த்தி, நீ பயங்கரமா சிகரெட் புடிப்ப போலிருக்கு.

மூர்த்தி : எப்படிக் கண்டுபுடிச்சீங்க...

ஜானகி : உன்னோட உதட்டை பாத்தாலே தெரியுதே. ரொம்ப சிகரெட் புடிக்கிறவங்களுக்குதான் உதடு இப்படி கன்னங்கரேல்னு இருக்கும்.

ராஜ : நான் நினைக்கிறேன் - மூர்த்தி சிகரேட்ட திருப்பி வச்சு புடிக்கிறாரோ... நெருப்பு சுட்டு கறுத்த மாதிரி இருக்கு...

ஜானகி : மூர்த்தி சிகரெட் புடிக்காதப்பா... உங்க மாமாக்கு

ஏற்கனவே Blood Cancer. Blood Cancer பரம்பரை பரம்பரையா வரும். இந்த அழகிலே சிகரெட்டும் புடிச்சா டெபனட்டா உனக்கும் வந்துடும்...

மூர்த்தி : நீங்க ஒண்ணு... இவர் ஒண்ணும் எங்க பரம்பரையே இல்லீங்க. எங்க ஊர்லேந்து மாமான்னு சொல்லிண்டு வந்துட்டாரே தவிர இவர் நிஜமாவே எங்க மாமா இல்ல...

மைதிலி : டேய் மூர்த்தி... பேசாம இருடா. இவர் எனக்கு ஒண்ணுவிட்ட மாமாவாகணும். அந்த காலத்துல எங்கப்பாவை படிக்க வச்சதே இவரோட அப்பாதான்...

ரங்க : ஆமாம்... உங்கப்பன் படிச்சது திண்ணை பள்ளி கூடத்தில... பொல்லாத IAS கலெக்டர் படிக்க வச்ச மாதிரி பேசறியே...

ஜானகி : மூர்த்தி... சின்ன வயசுல கெட்ட சகவாசம் ஏற் படறது சகஜம்தான். நாமதான் ஜாக்கிரதையா பழகணும்.

மூர்த்தி : உங்களுக்கு தெரியாது டாக்டர்... நான் கெடறதுக் காக அனாவசியமா வெளியில போக வேணாம்... என்னை கெடுக்கிறதுக்கு வீட்லேயே ஆள் இருக்கு...

ஜானகி : என்னெ சொல்றீங்க...

ரங்க : நீங்க கிளம்புங்க டாக்டர்... அவன் ஏதான உளறு வான்...

ஜானகி : அப்ப நான் கிளம்புறேன்...

மூர்த்தி : டாக்டர் ஒரு நிமிஷம்... வாசல்ல ஒருத்தர் உங்களுக்காக wait பண்ணிண்டிருக்கார்... உங்களை பாக்கிறதுக்கு...

ஜானகி : யாரு...?

மூர்த்தி : இந்த வழியா போனாராம். உங்க கார் வாசல்ல நிக்கறதை பாத்துட்டு வந்திருக்கார். அவரும் கார்லதான் வந்திருக்கார்... பேர் கூட ஏதோ சொன்னாரே... ஆ... ஜனார்த்தனமாம்.

ஜானகி : ஜனார்த்தனமா... அய்யய்யோ... ராஜப்பா... அப்பா...

ராஜ : அட கஷ்டமே. இவர் ஏன் வந்தார்...

ஜானகி : இப்ப என்ன பண்றது...

சந்துரு : டாக்டர் ஜானகி. இந்த வழியா போனா கொல்லை பக்கம் வரும்... அதுவழியா... போயிடறீங்களா?

ஜானகி : அப்ப, கார்...

சந்துரு : ராஜப்பா எடுத்திண்டு வரட்டும்...

ராஜ : என்னங்க முதலாளியோட என்னை கோத்து வுடறீங்க...

ரங்க : டாக்டர் வந்திருக்கிறது உங்கப்பாதானே ஏன் பயப்படறீங்க...

ஜானகி : இல்லீங்க. எங்கப்பாவுக்கு நான் டாக்டரா Practice பண்ணறது சுத்தமா பிடிக்கல... நான் ஒருத்தருக்கு வைத்தியம் பார்க்க வந்தேன்னு தெரிஞ்சா என்னை கொன்னுடுவார்.

மாமா : So. அப்ப டாக்டர். ஆபரேஷனை வேணா ஒரு 2 மாசம் தள்ளி போட்டுடுவோமா....

ராஜ : சந்தடிசாக்கில் நீங்க தப்பிக்க பாக்கறீங்களா? அடாது மழை பெய்தாலும் உமக்கு விடாது ஆபரேஷன் ஜானகியம்மா... நீங்க வேணா சந்துரு சாரோட பின்பக்கம் வழியா போயிடுங்க. முதலாளியை நான் சமாளிக்கிறேன்.

ஜானகி : பாத்து adjust பண்ணு ராஜப்பா... வாங்க சந்துரு, கொல்லைப் பக்க வழி எது...

சந்துரு : ஜானகி... கொல்லை பக்க வழி இருக்குன்னுதான் சொன்னேன். ஆனா அதில ஒரு கஷ்டம் இருக்கு...

ஜானகி : என்ன...

சந்துரு : கதவு கிடையாது. மதில் ஏறி குதிக்கணும்.

ஜானகி : நீங்க வாங்க சந்துரு... மதில் என்ன மதில்... கோட்டையே தாண்டுவேன்... எங்கப்பா கண்ணுல படாம தப்பிச்சா போதும்...

(இருவரும் Exit)

(ஜானகி திரும்பி வந்து)

ஜானகி : uncle & மறந்துடாதீங்க. நாளைக்கு ஆபரேஷன் உண்டு.

(Exit)

ரங்க : நல்ல டாக்டர். இவ்வளவு கஷ்டத்திலேயும் கடமையை மறக்காம இருக்காங்க...

ராஜ : தோ... பாருங்க... இப்ப ஒருத்தர் உள்ளே வருவார். டாக்டரோட Father. அவருக்கு காது கொஞ்சம் சரியா கேக்காது. நீங்க ஏதனா சொன்னா வேற ஏதாவது புரிஞ்சுப்பாரு... தப்பா நினைக்காதீங்க...

ரங்க : பெத்த பொண்ணையே டாக்டரா வச்சுண்டு ஏன் காதை குணமாக்கிக்காம இருக்கார்.

ராஜ : இது அவருக்கு பிறவிலேயே உண்டு. இப்ப, உதாரணத்துக்கு நீங்க மாமான்னு சொன்னா, அவர் காதுல பாமான்னு விழும்...

ரங்க : அப்படியா...

ராஜ : ஆமாம்... நாங்க அதனால எப்பவுமே அவர் கூட பேசறச்சே அவருக்கு புரியணுங்கிறதுக்காக உல்டாவா பேசிடுவோம்...

ரங்க : உல்டாவா... புரியலையே...

ராஜ : இப்ப, உங்க பேர் என்னென்னு அவர் கேட்டா, நீங்க ரங்கநாதன்னு சொல்லக்கூடாது. திங்கநாதன் ரங்கன்னு சொல்லணும்... அப்பத்தான் அவர் காதில ரங்கநாதன்னு விழும்...

ரங்க : இதான் உல்டாவா...O.k... O.k...

(ஜனார்த்தனம் Entry).

ஜனார் : டேய் ராஜப்பா... என்னடா இங்க நின்னுண்டிருக்கே? யார் வீடு இது... ஜானகி எங்க...

ராஜ : சொல்றேன் சார் - எல்லாம் விவரமா சொல்றேன்.

(ரங்கனாதனை கூப்பிட்டு)

சார் - இதான் ஜானகியோட அப்பா Mr. ஜனார்த்தனம்.

ஜனார் : ஹலோ... Glad to meet you.

ரங்க : ஹலோ... நீங்கதான்... டாக்டர் ஜானகியோட அப்பா...

ஜனார் : டாக்டர் ஜானகியா...யோவ் டாட்டர் ஜானகினு சொல்லுய்யா...

ராஜ : ரங்கனாதன் நான் சொல்லலை. டாக்டர் அவர் காதுல டாட்டர்னு விழும்...

ரங்க : சாரி... சாரி... உங்க டாட்டர் ஜானகி... ரொம்ப புத்திசாலி...

ஜனார் : இப்பதான் நீங்க எனக்கு புரியறா மாதிரி பேசறீங்க... ஆமாம் - ஜானகி. எங்க...

ரங்க : எல்லை ரொக்க மதிலை தாண்டிப் போயிட்டாங்க.

(மதில் எறிப் போய்விட்டதாக action.)

ஜனார் : எல்லை பக்க மதிலா?.

ரங்க : என்ன ராஜப்பா புரியலேங்கறார். கொல்லை பக்க மதிலை - உல்டாவா - எல்லை ரொக்க பதில்னு கரெக்டாதானே சொன்னேன்...

ராஜ : நீங்க விடாதீங்க... அப்படியே பேசுங்க.

ரங்க : Mr. ஜனார்ர்த்தம்... ஒரு நிமிஷம் (மைதிலியை பார்த்து) கொண்டாடீ...

ஜனார் : கொண்டா டீயா... டீ, காபிலாம் எனக்கு வேண் டாம். ஜானகி எங்க ராஜப்பா...

ராஜ : அவரையே கேளுங்க... விளக்கமா சொல்வார்...

ரங்க : ஜனார்த்தனம் This is my கொண்டாடீ... ராஜப்பா - பொண்டாட்டிக்கு உல்டா கொண்டாடீதானே...

ராஜ : உங்களுக்கு உல்டா பாஷை சரளமா வருது சார்...

ரங்க : I am சிங்கநாதம்... This is my ராஜப்பா uncleக்கு உல்டா என்ன?

ராஜ : Twinkle.

ரங்க : This is my Twinkle, Twinkle. Twinkle.

ஜனார் : ஏன் பாதிலே வுட்டே Fullஆ சொல்றது. Twinkle, Twinkle littlestar, How I wonder what you are.

ரங்க : No... No... Not that Twinkle. This is உல்டா Twinkle. ராஜப்பா ஒருவேளை காது குணமாயிடுத்தா?

ராஜ : *(மெதுவாக)* அதெல்லாம் அவ்வளவு சீக்கிரம் குணமாகாது. தனக்கு காது கேக்கிலேங்கிறதை காட்டிக்க வெக்கப்பட்டு சமாளிக்கிறார்.

ரங்க : Mr. ஜனார்த்தனம்... My Twinkle. அதாவது என் பொண்டாடிக்கு கன்னு கொட்ட மாமா.

ஜனார் : பொண்டாட்டியோட ஒன்னுவிட்ட மாமாங்க றேன். ராஜப்பா. இப்பதாண்டா இவரோட பாஷை ஓரளவு எனக்கு புரிய ஆரம்பிச்சிருக்கு. எம் பொண்ணு உல்டாவா... சொன்னாதான். உமக்கு புரியும். ஒய்புன்னு எங்க புண்ணு... புண்ணு.

மாமா : புண்ணு - என் கையில இருக்கு. நாளைக்கு ஆப ரேஷன்.

ஜனார் : ராஜப்பா... இன்னும் கொஞ்ச நேரம் இருந்து உல்டா பாஷை பேசினேன் நான் ஒரு மாதிரி ஆகிடுவேன். ஜானகி எங்கடா-

ராஜ : சார் - நீங்க வாங்க போகலாம். கார்ல எல்லாம் detailலா சொல்றேன்...

ஜனார் : *(ரங்கனாதனை பார்த்து)* சிங்கநாதம் - அப்ப நான் கிளம்பட்டமா... சாரி... அப்ப நான் அலம் பட்டுமா... ஹலோ Mr. பாமா... அப்ப நான் தரட்டமா தரேன். தரேன்... சிங்கநாதம்.

(மைதிலி காப்பி கொண்டு வந்து)

மைதிலி : ஏன்னா... வீட்டுக்கு வந்தவரை காப்பி சாப்பிட்டு போக சொல்லுங்க...

ரங்க : ஜனார்த்தனம்... இந்தாங்கோ - பீப்பி... பீப்பி...

ஜனார் : என்ன நாதஸ்வரம் வாசிக்க போறியா... பீப்பி... பீப்பிங்கிறான். ஏற்கனவே 1008 Language வச்சுண்டு நம்ம தேசம் திண்டாடுது... இதுல இந்த மாதிரி ஆளுங்க புதுசா உல்டா பாஷையை வேற கண்டு புடிச்சு உயிரை வாங்குங்க. ராஜப்பா வா போகலாம்...

(என்று இருவரும் வெளியேறுகின்றனர்)

(திரை)

காட்சி - 5

இடம் - ஜகன்னாதன் வீடு

(1) ஜானகி (2) சந்துரு (3) ராஜப்பா

(சந்துரு வருகிறான்)

ஜானகி : வாங்க சந்துரு... உக்காருங்க...

சந்துரு : நான் இப்ப உக்கார நிலைல இல்ல.

ராஜ : ஏன் உங்களுக்கு பயில்ஸ் கம்ளைண்டா...

ஜானகி : எங்க மாமாவை ஆபரேஷன்னு மிரட்டி ஊருக்குக் கிளம்ப வெச்சிட்டே. அதுக்கு ரொம்ப தேங்ஸ்.

சந்துரு : ஆனா, எங்கப்பா ரொம்ப மோசமாயிட்டார். இத்தனை நாள் குடியோடதான் இருந்தார். இப்ப வேற இடத்துல குடித்தனமும் நடத்த ஆரம்பிச்சுட்டார்.

ஜானகி : உங்கம்மாவும், உங்கப்பாவும் உங்களை விட்டுட்டு தனிக்குடித்தனம் போயிட்டாங்களா?

சந்துரு : என்ன ஜானகி. குழந்தை மாதிரி பேசறே? எங்கப்பா வெளியில ஒரு சின்ன வீடு Set up பண்ணி இருக்கார்.

ஜானகி : அப்ப இந்த வீட்டை என்ன பண்ணப் போறார்?

ராஜ : ஆ... இடிச்சுக்கட்ட போறார்

சந்துரு : இந்த படுபாவி கைலாசம் மொதல்ல எங்கப்பனுக்கு கட்டு கட்டா, காசு வெச்சு விளையாட ரம்மி கத்துக் கொடுத்தான். அப்புறம் கிளாஸ்ல ஊத்தி சொட்டு சொட்டா ரம் குடிக்க கத்து கொடுத்தான். இப்ப பொண்ணுகிட்ட போகவும் பழகிவுட்டுருக்கான். ரமான்னு ஒரு பொண்ணோடே எங்கப்பா பழகறார்.

ராஜ : பரவாயில்லிங்க. உங்க அப்பா ரம்மி ஆடறார். ரம் போடறார்... இப்ப பத்தாகுறைக்கு ரமா... ரம்-ரமா-ரம்மி கெட்டுப்போனாலும். எதுகை மோனையோட இலக்கணப்பிழை இல்லாம கெடறார்.

ஜானகி : அப்ப அந்த ரமாங்கறது ஒரு Prostituteஆ...

ராஜ : பின்ன என்ன இத்தனை வயசுக்கப்புறம் இவங்க அப்பனுக்கு பதிவிரதையா கிடைப்பா...

ஜானகி : O God. 50 வயசுக்கப்புறம் உங்கப்பாவுக்கு இப்படி ஒரு சபலமா...

ராஜ : நீங்க வேற, 50 வயசுக்கப்புறம் வந்தாதான் சபலம்...

ஜானகி : ஆமா... சந்துரு. உங்கம்மாவுக்கு இந்த விஷயம் தெரியுமோ...

சந்துரு : தெரியும். தெரிஞ்சவுடனே ஒன்னு ஒப்பாரி வச்சு ஒரு மணி நேரம் அழுதாங்க. அப்புறம் லேடீஸ் கிளப், விஷயமா கிளம்பிட்டாங்க...

ஜானகி : லேடீஸ் கிளப்பா? அதான் அதுலேந்து உங்கம் மாவை விலக்கியாச்சே...

சந்துரு : பழைய லேடீஸ் கிளப்புலேந்து தானே விலக்கி யாச்சு. இப்ப, அதுக்கு போட்டியா புது லேடீஸ் கிளப் ஒண்ணு இவங்களே ஆரம்பிச்சுட்டாங்க...

ஜானகி : பரவாயில்லையே. இவ்வளவு சீக்கிரம் இன்னொரு லேடீஸ் கிளப் ஆரம்பிச்சுட்டாங்களா?

சந்துரு : இது என்னங்க பெரிய காரியம். ஒரு லேடீஸ் கிளப் ஆரம்பிக்க Mainனா என்ன வேணும்னு நினைக்கிறீங்க. 4, 5, லேடீஸ் இருந்தா போதும் எங்கம்மா ஒண்ணு ஆச்சு. பழைய லேடீஸ் கிளப்லேயிருந்து 3 சுயேட்சை மெம்பர்ஸ் எங்கம்மா கிளப்புக்கு தாவி இருக்காங்க. மொத்தம் 4 பேர் - போறாதா அப்புறம்...

ஜானகி : ம்... (சிறிது யோசித்து) சந்துரு உங்கப்பாஅம்மாவை கெஞ்சியோ, தாஜா பண்ணியோ திருத்த முடியாது. ரொம்ப கீழ்த்தரமா போறவங்ககிட்ட நாமும் கீழ்த்தரமா நடந்துண்டாத்தான் அவங்களை நம்ம வழிக்கு கொண்டு வரமுடியும். முள்ளை முள்ளால்தான் எடுக்கணும்.

சந்துரு : ஜானகி... எங்க குடும்பத்தை திருந்திக் காட்றேன்னு அசட்டுத்தனமா எனக்கு வாக்கு குடுத்துட்ட... ரொம்ப சிரமப்பட போறே அப்புறம் பை தி பை

December 1ந் தேதி நீ வெச்ச கெடு முடிய இன்னும் பத்து நாள்தான் பாக்கி இருக்கு.

ஜானகி : சந்துரு... சாதாரணமா எதிரியை வழிக்கு கொண்டுவர, பெரியவங்க 4 method try பண்ணுவாங்க. அது... சாம, தான, பேத, தண் டம்னு... சாம தான பேதம் கெஞ்சி கூத்தாடி மன்றாடி பாத்தாச்சு... உங்கப்பா, அம்மா உருப்பட்டதா தெரியலை. பாக்கி இருக்கிற தண்டத்தையும் Try பண்ணி பாத்துடுவோம். ஒரு Firet class idea. சந்துரு ...

சந்துரு : என்ன...

ஜானகி : நாளைக்கு நான் உங்க வீட்டுக்கு வரேன். நல்லா கேட்டுக்குங்க. ஜானகியா இல்ல. மீர்சாபேட்டை முனியம்மாவா...

சந்துரு : மீர்சாபேட்டை முனியம்மாவா...

ஜானகி : ஆமாம். நாளைலேந்து நான் மீர்சாபேட்டை முனிம்மா... சூளை கருப்பனோட ஒரே மவ.

சந்துரு : சூளை கருப்பனா...

ஜானகி : Yes. சூளை கருப்பன். அவன்தான் என் நைனா.

சந்துரு : எனக்கு சுத்தமா புரியலை.

ஜானகி : ராஜப்பா உனக்குப் புரியுதா...

ராஜ : எனக்கு புரிஞ்சு போச்சு. நீங்க மீர்சாபேட்டை முனிம்மா, நான் உன் நைனா சூளைக் கருப்பன். கரீட்டா...

சந்துரு : எனக்கு இன்னும் புரியலை.

ராஜ : வாத்தியார். உனக்கு புரியறதுக்குள்ள உங்க அப்பன் அந்த ரமாவை கட்டிக்கினு ஒரு குழந்தையையும், பெத்துக்குனு, அதுவும் வளர்ந்து வந்து உன் சொத்துல பாதியை கேக்கும்போது சொல்றேன். தப்பா எடுத்துக்காத. நீ சாதாரண Tube light இல்ல. நல்ல அறுபது பர்செண்ட் பவர்கட் போட்ட Fuse ஆன Tube lightய்யா...

ஜானகி : சந்துரு. நான் மீர்சாபேட்டை முனியம்மான்னு சொல்லிண்டு உன் வீட்டுக்கு வரப்

போறேன். ராஜப்பாதான் சூளை கருப்பன். என்னோட அப்பன்னு சொல்லிண்டு என் கூட வருவான். அப்புறம் நடக்கப் போறதை நீங்களே பாருங்க...புரியும். உங்கப்பா அம்மாவை மிரட்டி, பிரட்டி எடுக்க போறேன்.

சந்துரு : இப்பதான் ஓரளவு புரியுது. ஆமாம். எங்க வீட்டுக்குள்ள என்னன்ன சொல்லிண்டு வருவே...

ராஜ : ஜானகியம்மா - Tube lightக்கு இப்பத்தான் லேசா புரிய ஆரம்பிச்சிருக்கு, அணையறதுக்குள்ள Planஐ சொல்லிடுங்க.

ஜானகி : கேளுங்க. நீங்க என்னை அதாவது மீர்சா பேட்டை முனியம்மாவை காணும் பொங்கல் அன்னிக்கு அண்ணா சமாதில பாத்து, எம்மேலே உங்களுக்கு இது வந்துடுச்சு. அந்த இதுல நாம 2 பேரும் சகலகலா வல்லவன் சினிமாவை அலங்கார் டாக்கீசுல பக்கத்து பக்கத்து சீட்ல குந்திக்குனு பிகிலடிச்சுக்கினே பாத்தோமா.

சந்துரு : பிகிலடிச்சுக்கினே பாத்தோமா. எனக்கு பிகிலடிக் கவே தெரியாதே.

ஜானகி : சரி. நான் பிகிலடிச்சேன் நீ பாத்தே போதுமா. பாத்தோமா - நம்ம இது அதுவாயிடுச்சு உடனே எங்க நைனா.

சந்துரு : யாரு. சூளை கருப்பனா.

ஜானகி : ஆ, இப்ப தான் உங்களுக்கு டக்கரா எல்லாம் விளங்குது. எங்க நைனா. என்னா பண்றாரு... மாம்பலம் முப்பாத்தம்மன் கோயில்ல நம்ம 2 பேரையும், உக்கார வைச்சு, உங்களை பாத்து எம் மவ கயித்துல மஞ்சா கயிறு கட்டுறான்னாரு.

சந்துரு : ஜானகி. அது மஞ்ச கயிறு இல்ல. மஞ்சள் கயிறு...

ஜானகி : சரி... மஞ்சைக் கயிறு, நீயும் பயந்து போய், கட்டிட்டே. நான் உன் பொஞ்சாதி. மாமியார் வீட்டுக்குள்ள வந்துட்டேன். எப்படி...

சந்துரு : சந்துரு முனியம்மாவை கல்யாணம் பண்ணிண் டான்னு சத்தியமா நம்ப மாட்டாங்களே...

ராஜ : அதை நம்ப வக்கத்தான் நான் வரேனே... யாரான உன் வீட்டுல நம்ப மாட்டேன்னு சொல்லட்டும். இந்த சூளை கருப்பன் வூடுகட்டி. அடிப்பேன்னு சொல்லுவேன். வூடுகட்டி அடிச்சும் நம்பலேன்னா பங்களா கட்டி அடிப்பேன்.

சந்துரு : கர்மம், முனிம்மா. நான் உன் புருஷனா நடிக்கணும் சரியா...

ஜானகி : ஏன்.... எனக்கு புருஷனா நடிக்க உனக்கு புடிக்கலையா?

சந்துரு : சீச்சி. என்ன பேசற ஜானகி. உனக்கு புருஷனா வர்றதுக்கு கொடுத்து வச்சிருக்கணுமே. உம் பணத் துக்காக இல்லே. உன் அறிவுக்காக. மறுபடியும் சொல்றேன். Really I love your intelligence. சரி. அப்ப நான் கிளம்பட்டுமா. நாளைக்கு வீட்லே பாப்போம்

ஜானகி : என்ன அவசரம்?

சந்துரு : எல்லாம் என் தலையெழுத்து. அதான் என்னோட சைதாப்பேட்டை ப்ராப்ளம்தான்.

ஜானகி : என்னது. அடிக்கடி சைதாப்பேட்டை, சைதாப் பேட்டைங்கறீங்க. என்ன விஷயம்னு சொல்ல மாட்டேங்கறீங்க.

சந்துரு : please ஜானகி. நேரம் வரும்போது நானே உன்கிட்டே சொல்றேன். நான் கிளம்பட்டுமா ஜானகி.

ஜானகி : மறுபடியும் ஜானகியா - எம் பேர் முனிம்மா...

சந்துரு : (சிரித்து) O.K. வரட்டுமா முனிம்மா.

ஜானகி : செய் வாத்தியார் - நாளக்கு வூட்டாண்ட பாப்போம்

(திரை)

காட்சி: 6

இடம் : சந்துருவின் வீடு

(1) மைதிலி (2) மூர்த்தி (3) ரங்கனாதன் (4) சந்துரு (5) முனியம்மா (6) சூளை கருப்பன் (ராஜப்பா) (7) கைலாசம்

(ரங்கனாதனும் கைலாசமும் பேசிக் கொண்டிருக்க மூர்த்தி வருகிறார்.)

கைலாசம் : யாரு மூர்த்தியா... என்னப்பா ரங்கனாதா உன் ரெண்டாவது பய - கட்சி மாறிட்டான் போலருக்கு. இப்பல்லாம் நம்மோட சீட்டாட வரதில்லை. எப்ப பாரு புஸ்தகமும் கையுமா இருக்கான்.

(மைதிலி Entry with மோர்)

மைதிலி : எங்கடா மூர்த்தி - காலைலேந்து நீயும் சந்துருவும் கண்ணுலயே படலை.

மூர்த்தி : அம்மா - எனக்கு இன்னிக்கு சாப்பாடு வாணாம்.

மைதிலி : ஏன்...

மூர்த்தி : தெரிஞ்சவன் ஒருத்தன் கல்யாணத்துக்கு போயிருந் தேன். சாப்பிட்டுட்டேன்.

ரங்க : யார்ராது தெரிஞ்சவன்?

மூர்த்தி : ரொம்ப தெரிஞ்சவன்பா - Infact நமக்கெல்லாம் உறவு கூட.

ரங்க : நமக்கெல்லாம் உறவா?

மூர்த்தி : ஆமாம். நான் பொறந்துதான் அவனுக்கு உறவானேன். ஆனா, அவன் உங்களுக்கு நான் பொறக்கிறதுக்கு முன்னாடிலேந்து உறவு.

மைதிலி : என்னண்ணா உளர்றான். யார் கல்யாணம். பேரைச் சொல்லி தொலையேன்...

மூர்த்தி : Infact. நானே கேக்கணும்னு இருந்தேன். ஏம்பா, நீயும் அம்மாவும் ஏன் சந்துரு கல்யாணத்துக்கு வரலை.

ரங் : சந்துரு கல்யாணமா?

மூர்த்தி : ஆமாம். உம் பையன், சந்துரு கல்யாணத்துக்குதான் ஏன் வரலை. உங்களுக்கு Invitation தரலையா... ஆனா ஒண்ணு கல்யாணம் ரொம்ப சிம்பிளா முப்பாத்தம்மன் கோவில்ல நடந்தது. ஒருவேளை எதுக்கு அனாவசியமா கண்டவங்களை கூப்பிட்டு செலவு ஜாஸ்தியாக்கணும்னு பயந்துண்டு உங்களை கூப்பிடாமக்கூட இருந்துருக்கலாம்.

மைதிலி : மூர்த்தி... என்னடா உளர்றே... சந்துருவுக்கு கல்யாணமா...

மூர்த்தி : உளர்றேனா... கல்யாணம் பாத்த கையோட, நேரா மீர்சா பேட்டை போய், பொண்ணு வீட்டுக்காரங்க விருந்துல மீன் கறி கோழி பிரியாணியை, மூக்கைப் பிடிக்க மூக்கைப் பொத்திண்டு சாப்பிட்டுட்டு வந்துருக்கேன். நான் என்ன பொய்யா சொல் றேன்? கையை மோந்து பாருங்க. மீன் வாசனை வருதா - பக்கத்துல வாங்க. ஊதிகாட்டறேன். சிக்கன் பிரியாணி Smell அடிக்கும்.

ரங்க : சந்துரு கல்யாணம் - சாப்பாடு கோழி பிரியாணி மீன்கறியா? அதுவும் மீர்சா பேட்டைல. மூர்த்தி விவரமாச் சொல்லுடா- தண்ணி போடாமலே எனக்கு இப்ப தலை சுத்தறது...

மூர்த்தி : சிம்பிளா சொல்றேன் கேட்டுக்கோ. சந்துருவுக்கும் முனியம்மாவுக்கும் முப்பாத்தம்மன் கோயில்ல கலப்புத் திருமணம் ஆயிடுத்து போதுமா... இன்னும் கொஞ்ச நேரத்துல மணமக்கள் ஆசிர்வாதம் வாங்க வருவாங்க. அப்ப எல்லாம் விபரமா தெரியும்.

ரங் : முனியம்மா சந்துரு Wifeஆ... கைலாசம், நீ சொன்னியே முனியம்மா வேலைக்காரி... ரங்க பாஷ்யம் பையன் மாதுங்றவனை கட்டிண்டா...

கைலாசம் : அது... முத்யால் பேட்டை முனியம்மா.

மூர்த்தி : இவ மீர்சா பேட்டை முனியம்மா.

ரங்க : என்ன எழவுடாது. கலப்பு திருமணத்துல மண மகள் பேர் முனியம்மாவா இருக்கணும்னு எதாவது Rule இருக்கா.

மூர்த்தி : ஆனா அப்பா, நீ நெனைச்சாக் கூட சந்துருவுக்கு இப்படி ஒரு அழகான பொண்ணை கட்டி வச்சுருக்க மாட்ட. சும்மா சொல்ல கூடாதுபா, அண்ணி டக்கரா இருக்காங்க.

மைதிலி : அண்ணியா.

மூர்த்தி : அதாம்மா - சந்துரு அண்ணன் - முனியம்மா அண்ணன் பெண்சாதி. அண்ணி...

(காலிங் பெல் சத்தம்)

அவங்கதான். நெனைக்கறேன். அம்மா போய் ஆரத்தி கரைச்சு எடுத்துண்டு வா. சரி. நீ மாட்டே. நான் எடுத்துண்டு வரேன்...

(சந்துரு மாலையும் கழுத்துமாக மணமகன் வேடத்தில் Entry)

ரங்க : சந்துரு...

ரங்க : தந்தையே - தவறு நடந்து விட்டது. மன்னியுங்கள். ஒரு நிமிஷம் வா... முனியம்மா. (முனியம்மா Entry) அப்பா, அம்மா கைலாசம் மாமா, இதான் முனியம்மா இனிமே இவ எனக்கு மனைவி. Wife தாரம், பொஞ்சாதி better Half எல்லாம்.

(மூர்த்தி வந்து)

மூர்த்தி : சந்துரு... ஏண்டா உள்ளே வந்தே. போய், அண்ணி பக்கத்துல நின்னுக்கோ... ஆரத்தி எடுக்கறேன்...

(ஆரத்தி எடுக்க பாட்டு, மருமகளே - மருமகளே வா... வா... உன் வலது காலை எடுத்து வச்சு... வா... வா... என்று மூர்த்தியே பாட)

சந்துரு : முனியம்மா. இதான் மூர்த்தி, கல்யாணத்துலே பாத்துருப்பியே- என்னோட தம்பி.

முனி : ஏன் சுத்தி வளீக்கற... மச்சின்னு சொல்லு.

மூர்த்தி : அண்ணி வலது காலை எடுத்து வச்சு உள்ள வாங்க.

முனி : வலது காலா... புரியல... ஒழுங்கா சொல்லு. சோத்துகாலா பீச்சி காலா.

சந் : முனியம்மா சோத்துக்கால் அப்படின்னா?

ரங்க : கர்மம் - சோத்துகாலா... காலால சோறு சாப்பிட றேள் போலருக்கு.

மை : சந்துரு என்னடா இது கூத்து.

சந் : கூத்து இல்லம்மா கல்யாணம். அப்பா இப்படி அம்மா பக்கத்துல வந்து நில்லு. அம்மா எனக்கும் முனியம்மாவுக்கும் முப்பாத்தம்மன் கோவில்ல பழய கார்ப்பரேஷன் கவுன்சிலர் கனக சபாபதி தலைமையில் கலப்புக் கல்யாணம் நடந்தாச்சு. எங்களோட இந்த கலப்பு கல்யாணத்துக்கு எல்லா கட்சிகளும் அங்கீகாரம் செஞ்சிருக்கு. கல்யாணம் முடிஞ்ச கையோட 42 வது வட்ட சாராய கடையில ஆளுக்கு 2 ரவுண்டு எல்லாரும் சாப்பிட்டுட்டு அப்படியே மீர்சாபேட்டைல.

ரங்க : மீன்கறி - கோழி பிரியாணி சாப்பிட்டீங்க.

சந்துரு : உனக்கெப்படி தெரியும்.

ரங்க : உன் தம்பி ஊதி காட்டுறான். நீ என்ன வாந்தி எடுத்து காட்டப் போறியா. வாணாம்.

சந்துரு : அப்பா எங்களை ஆசீர்வதியுங்கப்பா.

ரங்க : சந்துரு உனக்கு வெக்கமால்லை? இந்த முனியம்மாவை போய் கல்யாணம் பண்ணிண்டு வந்து நிக்கறியே. இவ யாரோ. என்ன ஜாதியோ.

சந்துரு : நீயே இப்படி ஜாதியை பத்தி பேசலாமாப்பா. கிளாவர் - இஸ்பெட் - டயமண்ட்னு எது வந்தாலும் ஜாதி வித்யாசம் பாக்காம சீட்டாடுவ.

ரங் : கர்மம். பேரை பாரு முனியம்மாவாம்...

முனி : முனியம்மா இல்லே முனிம்மான்னு கரீட்டா உங்க நைனாவை சொல்ல சொல்லு வாத்யாரு.

சந்துரு : அப்பா... இவ பேரு எழுதறச்சே முனியம்மா. But Pronouncitation பண்ணறச்சே முனிம்மா.

ரங்க : பேரே சரியில்ல - இந்த அழகுல. Pronounsation வேற வாழுறதாக்கும்... கைலாசம் - அண்ணே. நான் என்ன பரம்பரை. எம் பையன் முனியம்மான்னு ஒரு சேரி பொண்ணை கல்யாணம் பண்ணிண்டா. என் கவுரவம் என்ன ஆறது.

கைலாசீணூ : சர்தான்டா... நான் அப்ப ரங்கபாஷ்யம் பையன்

வேலைக்காரி முனியம்மானு கல்யாணம் செஞ்சுகிட்டுவந்தான்னு சொன்னப்போ - Support பண்ணியே. உனக்குனு வரச்சே மட்டும் பால் மாறுறியே.

ரங்க : கைலாசம்... ஒரு வேளை நீயும் இதுக்கு உடந்தையோ... இதுக்காகத்தான் எனக்கு மொதல்லியே ரங்கபாஷ்யம் பையன், முனியம்மா கல்யாணத்தை சொல்லி என்னை Prepare பண்ணி வச்சியோ.

சந்துரு : சரி... விடு. அவங்க ஆசீர்வாதம் பண்ண சொன்னா மாட்டாங்க. நாம நம்ம கடமைக்கு கால்ல விழுந்துடுவோம். முனிம்மா, நமஸ்காரம் பண்ணு.

(சந்துரு சாஷ்டாங்கமாக விழுந்துடுறான் முனியம்மா, நின்றவாக்கிலேயே கும்பிடுகிறாள்)

சந்துரு : பெரியவங்க கால்ல விழுந்து நமஸ்காரம் பண்ணுமா. முனிம்மா கொஞ்சம் குனிம்மா.

(முனியம்மா நமஸ்கரிக்கிறாள்)

முனி : இன்னா மச்சான். உங்க நைனா சுத்த கஞ்ச னா இருப்பான் போலிருக்கு. கால்ல விழுந்து கும்பிடறோம். அட ஆசீர்வாதம் வாணாம்.

அஞ்சு, பத்து மொய்யாவது எழுதுவான்னு பாத் தேன். கமுக்கமா இருக்கான்.

சந்துரு : முனிம்மா... இது உன்னோட மாமனார். இவரை நீ, அவன் இவன்னு ஏகவசனத்துல பேசக் கூடாது. முனியம்மா. இதான் என்னோட அம்மா மைதிலின்னு பேரு... உனக்கு மாமியார் முறை.

முனி : நான் இவங்களை எப்படி மாமியாரேன்னு கூப்பிடறது

ரங்க : ஆமாம். இவளை மாமியாரேன்னு கூப்பிடு என்னை மாமனாரேன்னு கூப்பிடு கைலாசம். என் Friend So. நீ இவனை மாமனார் Friend மாமனார் Friendனு கூப்பிடு... சந்துருவை புருஷனேன்னு கூப்பிடு. மூர்த்தியை புருஷன் தம்பி... புருஷன் தம்பினு கூப்பிடு

முனி : இன்னா மச்சான். உன் நைனா நம்பளை டபாய்க்கிறார் போலிருக்கு.

சந்துரு : முனியம்மா... நீ உங்கம்மாவை வீட்டுல எப்படி கூப்பிடுவே.

முனி : எங்கம்மாவை நான் யம்மோவ்னு கூப்பிடுவேன்.

சந்துரு : அதே மாதிரி எங்கம்மாவையும் நீ யம்மோவ்னே கூப்பிடு... பொறந்த வீட்டு யம்மோவ் மாதிரி இவங்க உனக்கு புகுந்த வீட்டு யம்மோவ்...

முனி : உங்க நைனாவை...

ரங்க : அவளை யம்மோவ்னு கூப்பிடு... என்னை யம்மாடியோவ்னு கூப்பிடு.

மைதிலி : நீங்க வாயை பொத்திண்டு சித்த பேசாம இருங் கோ. சந்துரு இந்த சேரி பொண்ணு நம்மோட தங்கப் போறாள்...

முனி : இன்னாது சேரி சேரின்னு சொம்மா சொல்லிகி னேகீற ... கவருமெண்ட எங்களுக்கு வூடுகட்டி கொடுத்துருக்கு தெரியுமா. உங்க புள்ளிங்களாம் சாதாரண உணவு சாப்பிடறது. எங்க பேட்டை புள்ளிங்க சத்துணவு சாப்பிடறது தெரியுமா...

சந் : அம்மா-தெரிஞ்சோ, தெரியாமலோ நடந்தது நடந்து போச்சு. adjust பண்ணிக்கோ... புருஷ னோட பொஞ்சாதி சேந்து இருக்கறதுதானே முறை. சீதைக்கு ராமர் - இருக்குற இடம்தானே அயோத்தி?

முனி : கரீட். இந்த முனியம்மாவுக்கு என் மச்சான் இருக்கற எடம்தான் மீர்சா பேட்டை.

மைதிலி : ஏன்னா. இவ நம்ப கூட இருந்தா நம்ப மானம் கப்பலேறிடும். லேடீஸ் கிளப் பக்கம் நான் தலைவச்சு படுக்க முடியாது...

ரங்க : சரி... கால் நீட்டித்தான் படேன்டி. இது ஒரு ....

முனி : மச்சான்.

சந்துரு : இன்னா முனிம்மா...

முனி : உன் வூடு ஷோக்காக் கீது ...

ரங்க : கவர்ன்மெண்ட் குடுக்கலை. நாங்களே காசு போட்டுக் கட்டினோம்.

முனி : *(ரங்கனாதன் கன்னத்தை கிள்ளி)* மச்சான் உன் நைனா டமாசு.

ரங்க : என்ன எழவுடாது. கன்னத்தெல்லாம் கிள்ளறா

மைதிலி : இன்னிக்கு கன்னத்துல கிள்ளறா. நாளக்கு தலைல குட்டுவோ - நமக்கு இதுவும் வேணும் இன்னமும் வேணும்... கர்மம்...

சந் : அப்புறம் இன்னென்னு சொல்ல மறந்துட்டேளே. நம்பகூட முனியம்மாவோட Fatherம் தங்க போறார்.

ரங் : முனியம்மா fatherரா...

முனி : யார் மச்சான் என் father..

சஞ் : Fatherனா... நைனா முனியம்மா. உன் நைனாவும் உன் கூட தங்க போறார்னு சொன்னேன். ஆமாம். நம்ப கூட தானே ஜட்கா வண்டில வந்தார். எங்க காணும் உங்க நைனாவை...

முனி : நைனா சைனா டீ அடிக்க போயிருக்கார். வருவார்...

சந் : முனியம்மாவோட நைனா நல்ல மனுஷம்பா. எங்க கல்யாணத்தை அவர்தான் பொறுப்பா மனைல உட்கார்ந்து நடத்தி வச்சார். அவர் பேரு... சூளை கருப்பன்...

ரங்க : என் சம்பந்தி பேர்ரு சூளை கருப்பன்... பேஷ்... கேக்கவே காதுக்கு குளுமையா இருக்கு.

முனி : அப்புறம் இப்பவே சொல்லிடறேன். எங்க நைனா கொஞ்சம் ரோஷமான பேர் வழி கோவம் வந்தா ஊடுகட்டி அடிப்பாரு. அப்பால, நான் சொல்லலேன்னு வருத்தப்படாதீங்க. ஆமாம்...

(காலிங் பெல் சத்தம்)

முனி : னநனா வந்தாச்சு... நைனா வந்தாச்சு...

(ராஜப்பா லுங்கி, பனியன் கழுத்துல கர்சீப் கட்டி Entry.)

ராஜப்பா : மாப்பிளே...

சந்துரு : என்ன மாமா...

ராஜ : ஆமாம். யார் அது பரமசிவன்கறது.

சந் : பார்வதி புருஷன்.

ராஜ : அட, அந்த பரமசிவம் இல்ல - மாப்பிளே - நம்ம ஹூட்டுக்கு பக்கத்து வீட்டு வாசல்ல நின்னுகினு இருந்தானே.

சந்துரு : அவரா பக்கத்து வீட்டு பரமசிவன் ஏன்...

ராஜ : அந்தாளு இன்னா தெனாவட்டு இருந்தா இந்த சூளை கருப்பனைப் பாத்து, தொறந்த வீட்டுகுள்ள நாய் மாதிரி நுழையறே. நீ யாருன்னு கேப்பான். கேக்கலாமா? என்னை பாத்து கேக்கலாமா?. நான் இன்னா பரம்பரை...

சந்துரு : பை தி பை. அப்பா இவர் சார்பட்டா பரம்பரை.

ராஜ : வந்துதே கோவம். அந்த பரமசிவன் பேர்ல பரமசிவத்தை பாதி சிவமாக்கிட்டேன். இத்தனைக்கும் சாதாரணமாத்தான் ஹூடு கட்டினேன். சின்னதா அரை கிரவுண்டுல ஜன்னல் கதவுனு வச்சு - இதுக்கே ஆடிட்டான் பய....

(சுற்றுமுற்றும் பார்த்து)

இன்னா முனிம்மா இதான் உன் மாமியார் ஹூடா...

முனி : ஆமா... நைனா...

ராஜ : நல்லா கீது... இருந்தாலும் நம்ப மாமியார் ஹூடு மாதிரி வராது...

ரங் : உங்க மாமியார் வீடு எங்க இருக்கு...

ராஜ : எங்கயா - நமக்கு மாமியார் ஹூடு. மெட்ராஸ்ல எல்லா எடந்துலேயும் இருக்குது. திருவல்லிகேணில ஜாம்பஜார் போலீஸ்டேஷன்... மைலாப்பூர்ல மாமியார் ஹூடு, கச்சேரி ரோடுல கீது. கொஞ்சம் பெரிய கேஸாயிருந்தா மாமியார் ஹூடு ராயப்பேட்டை போலீஸ்டேஷன்.

ரங் : ஓ... அப்ப மாமியார் வீடுனா நீங்க police Stationல சொன்னேளா... சந்துரு உன் மாமனார் சும்மா சொல்லக்கூடாது. police Stationயையே மாமியார் வீடுன்னு சொல்லி கி.வா.ஜ மாதிரி சிலேடையா பேசறாரே...

ராஜ : ஓ... அப்ப நீ மெய்யாலுமே மாமியார் வூடுன்னு நெனைச்சிகினியா... (முதுகில் தட்டி) என்னா இந்தாளூ இப்படி ஒரு மப்பா கீறான்.

சந் : மாமா... இவர்தான் எங்கப்பா...

ராஜ : சம்பந்தினு சொல்லு... மன்னிச்சுக்க சம்பந்தி... சும்மா டமாசுக்கு தட்டினேன்.

ரங் : டமாசுக்கு நீங்க என்ன வேணாலும் பண்ணுங்க. தயவு செஞ்சு அந்த வூடு மட்டும் கட்டிடாதீங்க...

சந் : இதான் எங்கம்மா...

ராஜ : வணக்கம்மா... என்ன புள்ள முனிம்மா மாமியாரை கும்பிட்டு கண்டுகினியா... பாருங்கம்மா... எம்மவளை பத்தி நானே டாப்பா சொல்லிக்க கூடாது... முனிம்மா பிரமாதமா சமைக்கும்... அதுவும் எப்படி... கோழி கறி செய்ய கோழியை, இவ வெட்டறச்சே பாக்கணும். புல்லரிச்சுடும்மா... கோழி சும்மா சிரிச்சுகினே உசிரை விடும். அவ் ளோ நாசூக்கா வெட்டும்...

முனி : மச்சான்... உங்க யம்மோவ் கிட்ட சொல்லு. இந்த வயசுல அவங்க சமைச்சு கிமச்சு பேஜாராக வேணாம்... வாய்க்கு ருசியா நான் சமைச்சு போட றேன் - கால்ல நிதம் நீ பக்கத்து மார்க்கட்டுக்கு போய், பச்சை மீனா நாலு புடிச்சுகினு வா... ஆத்தாக்கு மீன் கறி பண்ணி நான் ஆசையா தரேன்.

மைதிலி : கர்மம் - தர்மம். சொல்றச்சேவே நாத்தம் அடிக்கறது... தோ பார் முனியம்மா. சமயக் கட்டுகுள்ள நீ நுழைஞ்ச, அப்புறம் நான் பொல் லாதவளா ஆயிடுவேன் ஆமாம்.

முனி : அப்ப சோறு எப்படி ஆக்கறதாம்.

மைதிலி : இவனை பெத்த பாவத்துக்கு உனக்கும் உங்க நைனாவுக்கும் நான் சமச்சு போடறேன்... போதுமா...

சந் : ஏம்மா அனாவசியமா கமிட் பண்ணிக்கற. நீ லேடீஸ் கிளப் அது இதுன்னு சுத்துவே. உன்னால சமக்க முடியுமா?

மைதிலி : அப்படி லேட்டானா ஓட்டல்லேந்தாவது

வாங்கிண்டு வரேன் போறுமா?

ராஜ : நல்ல கதையா கீதே. வூட்டுல 2 பொட்டச்சிகளை வச்சுக்கினு ஓட்டல் சாப்பாடு சாப்பிட நமக்கு என்ன தலையெழுத்தா... என்ன சம்பந்தி...

ரங் : *(சேரி பாஷையில்)* அ... ஆ. அதானே...

மைதிலி : எப்படியோ நானே சமச்சு போட்டுத் தொலைய றேன். போறுமா முனியம்மா. சமயகட்டை நாசமாக்காம இருந்தா அதுவே போறும்.

முனி : மச்சான் - ஒரு பிரச்சினை தீந்துச்சு - அப்பால, அ-மச்சான்-இப்பவே சொல்லிக்கிறேன். மொத தேதி சம்பளம் வாங்கியாந்து என் கையுல புருஷனா லட்சணமா கொடு இன்னா, வேற யார் கைலயானா கொடுத்தே.

ராஜ : சந்துரு... முனிம்மா சொன்னதை செஞ்சுடுப்பா. நான்கூட சாதாரணமாத்தான் வூடுகட்டுவேன் முனிம்மா பத்து பதினைஞ்சு வீடுகட்டி, ஒரு காலனியே கட்டிடுவா.

ரங் : சந்துரு. சம்பளத்தை அவ கைல கொடுத்துட்டா, என் பேட்டா என்னாறது.

சந் : என்னை ஒண்ணும் கேக்காத. எல்லாம் சூளை கருப்பர் சித்தப்படிதான் இனிமே...

ராஜ : என்ன கேட்ட சம்பந்தி. பேட்டாவா? கப்சிப்-பேட்டாவைப் பத்தி இங்க யாராவது பேசினா, கால்ல இருக்கற Bata வே கிழிஞ்சிடும் ஜாக்கிரதை.

கைலா : என்ன சந்துரு. உன் மாமனார் சுத்த அராஜகப் பேர் வழியா இருப்பார் போல இருக்கே.

ராஜ : மாப்பிளே. இது யாரு...

சந் : எங்கப்பாவோட Friend கைலாசம்னு பேரு...

ராஜ : கைலாசம். நம்ப கைல ராங்க் செஞ்சே அப்பால நீ கூண்டோட கைலாசமாயிடுவே. ஆமாம்...

சந் : மாமா... கைலாசம் நல்ல மனுஷர். எங்கப்பா வோட சீட்டு விளையாட வருவார், போவார் அவ்வளவுதான்.

ராஜ : அடடே... நம்ப கேசு... இன்னா உங்களுக்கு

'வைராஜாவை' தெரியுமா? குந்துங்க ஒரு ஆட்டம் போடலாம்...

சந் : (ரங்கனாதன் கைலாசம் இருவரையும் தனியாக இழுத்து) நான் சொல்றதை கேளுங்கோ - சூளை கருப்பனோட சீட்டு மட்டும் மறந்து போயும் விளையாடிடாதீங்க.

ரங் : ஏன் நல்லா ஆடி ஜெயிச்சுடுவாரா...

சந் : அவர் ஜெயிச்சுட்டா ப்ராப்ளமே இல்லே. ஒரு வேளை தோத்துட்டா... நீங்க ரெண்டு பேரும் குளோஸ்... மொதல்ல சீட்டு பறக்கும். அப்புறம் சோடா, பாட்டில் அது இதுன்னு கைல கிடச்ச தை எல்லாம் எடுத்து வீச ஆரம்பிப்பார்- சூளை கருப்பனால தோல்வியை தாங்கிக்க முடியாது... என்ன கைலாசம் சார்... என்ன சொல்றேள்?

கைலா : சொல்றா மாதிரி ஒண்ணும் இல்லை. ரங்கனாதா கையை குடு.

ரங் : என்னடா...

கை : LET US PART AS FRIENDS. சூளை கருப்பன் ஒரு வேளை போயிட்டா... சொல்லியனுப்பு... அப்புறம் வரேன்... சம்பந்திசார் நான் வரேன்...

ராஜ : என்ன கிளம்பிட்டீங்களா...

கைலா : ஆமாம்...

ராஜ : அப்ப வை ராஜா வை...

கைலா : உன் சம்பந்தி முதுகில வை... என்னை ஆளை உடுப்பா...

(Exit)

ராஜ : என்ன சம்பந்தி நாம குந்துவோமா...

ரங் : இது... சீட்டெல்லாம் எதுக்கு... வாணாமே... please.

ராஜ : ஏன் தோத்துடுவோமேன்னு பயப்படறியா.

ரங் : நீங்க வேற ஜெயிச்சுடுவோமேன்னுதான் பயமே...

முனி : இன்னா மச்சான்... மருமவ வீட்டுக்கு வந்து விளக்கேத்தி வச்சுருக்கா. பீரோ சாவியை என்

கைல கொடுத்து, வூட்டு பொறுப்பை என் கைல ஒப்படைப்பாங்கன்னு பாத்தா. உங்க ஆத்தா பேசாமயே கீதே...

ராஜ : இன்னா முனிம்மா... சூளை கருப்பனை அப்பனா வச்சுகினு பீரோக்கு சாவிலாம் அசிங்கமா கேக்கறியே... எந்த பீரோவை தொறக்கணும்னு சொல்லுதோ, இருக்குது குடை கம்பி... ஜசாலடிகிரி கிரின்னு தொறந்து காட்டறேன்...

ரங் : குடுத்து தொலையேண்டி பீரோ சாவியை. இருக்கறதே ஒரு பீரோ அதையும் சம்பந்தி குடை கம்பியாலே திருகி உடைச்சுவக்க போறார்.

ராஜ : முனிம்மா... இந்தா கத்தி பீரோவுல வை.

முனி : இன்னா நைனா கத்தில ஏதோ ஒட்டிகினு கீது.

ராஜ : அட. நம்ப வடிவேலு கொஞ்சம் எல்புறான். கத்தியை வீசினேன். வடிவேலு கைல. அறுத் துடுச்சு. அது ஒண்ணுமில்லை. வடிவேலுவோட கட்டைவிரல் கத்தில ஒட்டிகினு கீது... அது சரி இன்னும் ஏன் பீரோ சாவி என் கைல வரலை.

ரங் : தந்துடுவோ... தந்துடுவோ... தந்து தொலை யேண்டி... வடிவேலு மாதிரி நீயும் கட்டைவிரலை அறுத்துண்டு, ஏகலைவன் மாதிரி நிக்க போற.

ராஜ : முனிம்மா - இந்த சங்கிலியை பீரோவுல வை. சங் கிலியை surf போட்டு சுத்தமா கழுவி பீரோவுல வை. ஒரே ரத்தக்கறையா இருக்குது பாரு. பீரோ சாவி இன்னும் என் கைக்கு வரலை.

ரங் : தந்துடுவா... சம்பந்தி தந்துடுவா. நீங்க அவசப்பட்டு வீடு கட்டிடாதேள். தந்து தொலையேண்டி. சம்பந்தி கைல சங்கிலியை பாத்தியா. சாவியை கொடுத்து தொலையேண்டி. நீ சுமங்கலியா போறதுக்கு பதிலா சுக்கு நூறா அடிபட்டே போகப் போற...

ராஜ : முனிம்மா... இந்தா பிளேடு... சாணை புடிச்சு பீரோவுல வை... என்ன இன்னும் பீரோ சாவி கைக்கு வரலை.

மைதிலி : அப்பா... சூளை கருப்பா நான் சொல்றதை கொஞ்சம் கேக்கறியா. எங்க வீட்டு பீரோ

வுக்கு சாவியே கிடையாது. நாங்களே குடை கம்பியாலதான் தொறக்கறோம்... போறுமா. இந்தா குடை கம்பி.

ராஜ : அட சம்பந்தம் சரியாத்தான்கீது... கொண்டா குடைக் கம்பி... ஐசாலங்கிடி கிரி.. கிரி...

(திரை)

காட்சி: 7

இடம்: பார்க் PARK

(1) சந்துரு (2) ஜானகி (3) ஜனார்த்தனம் (4) இளைஞன்

சந் : (வேகமாக Entry) சாரி ஜானகி, கொஞ்சம் லேட்டாயிடுத்து... as usual என்னோட சைதாப் பேட்டை ப்ராப்ளம்தான்.

ஜானகி : ஆமாம்... அது என்ன சைதாப்பேட்டை பிராப்ளம். அதை எனக்கு எப்பதான் விவரமா சொல்றதா இருக்கீங்க...

சந் : சொல்றேன்... Infact சொல்ல வேண்டிய நேரம் வந்தாச்சு... அதுக்கு முன்னாடி இந்தா-

ஜானகி : என்னது.

சந்துரு : Fivestar காட்பீரீஸ் சாக்கலேட்... ஒரு மாசத்துக்கு முன்னாடி இதே எடத்துல நான் விஷ பாட்டிலோட நின்னேன்... இன்னிக்கு சாக்லேட்டோட நிக்கற அளவுக்கு என்னை நீ சந்தோஷபட வச்சுருக்க... எடுத்துக்க ஜானகி! சாதாரணமா புயலுக்கு முன்னாடிதான் அமைதியா இருக்கும்பாங்க. நீயும் ராஜப்பாவும் எங்க வீட்டுக்கு வந்து, வீசின புயல்ல எங்க குடும்பம் இப்ப அமைதியாயிடுத்து...

ஜானகி : ஆமாம். ரெண்டு நாள் முன்னாடி, உங்களோட சினிமாவுக்கு கிளம்பிட்டு, அப்படியே நானும், ராஜப்பாவும் கழண்டுகிட்டோமே... உங்கப்பா, அம்மா, நாங்க, எங்க ஏதுன்னு சந்தேகப் படலையா?

சந் : எங்கப்பா அம்மா கேட்டாங்க. முனிம்மா எங்கடான்னு... நான்சொல்லிட்டேன், தியேட்டர்ல எனக்கும் முனியம்மாவுக்கும் மனஸ்தாபம் வந்து சண்டை வலுத்துடுத்து. முனிம்மா கோவிச்சுண்டு சூளை கருப்பனோட பொறந்த வீட்டுக்கு மீர்சா பேட்டைக்கு போயிட்டான்னு...

ஜானகி : நம்பிட்டாங்களா...

சந்துரு : நல்லா கேட்ட போ. விட்டது சனின்னு அன்னிக்கு வீட்டுல பால் பாயசம் பண்ணி எங்கப்பாவும் அம்மாவும் சாப்பிட்டாங்க.

ஜானகி : இப்படி எப்படி இருக்காங்க. ஒழுங்கா இருக்காங்களா? இல்லே பழையபடி மாறிட்டாங்களா...

சந்துரு : நீ கொடுத்த Shock treatmentல அவங்க பயம் இன்னும் தெளியலை. நானும். எங்கப்பா அம்மாகிட்ட Strictஆ சொல்லிட்டேன். அப்பா பழயபடி நீ குடிச்சு சீட்டாடிண்டோ, இல்லை. அம்மா நீ லேடீஸ் கிளப், அது இதுன்னு ஊரை சுத்திண்டு, என்னை கவனிக்காம இருந்தீங்க. நானும் வேற வழியில்லாம முனியம்மாவை கூப்பிட்டு வச்சுக்க வேண்டி வரும்னு... எங்கப்பா சொல்லிட்டார் - சந்துரு!

சாகற வரை சோத்தை போட்டு எங்களை காப்பாத்துடா. அது போதும்னு சாஷ்ட்டாங்கமா ரெண்டு பேரும் பணிஞ்சுட்டாங்க.

ஜானகி : Good. ஏதோ விளையாட்டா ஆரம்பிச்சது வினையா முடியாம வெரிகுட்டா முடிஞ்சதுலே எனக்கு ரொம்ப சந்தோஷம். இனிமே தற்கொலை பண்ணிக்க விஷ பாட்டிலோட பார்க்குக்கு வர மாட்டீங்களே...

சந் : தற்கொலையா - நல்லா கேட்ட இப்ப இருக்கற திருப்திக்கு எனக்கு ஒரு வேளை நான் அறுபது வயசுல சாகணும்னு இருந்தா கூட கடவுள் கிட்ட ஒரு 40 வருஷம் Extension கேக்கலாமான்னு கூட தோணறது.

ஜானகி : இன்னிக்கு டிசம்பர் ஒண்ணாந் தேதி. நான் வச்ச

கெடு முடிய இன்னும் 6 மணி நேரம் இருக்கு. வேற ஏதாவது சந்தேகத்துக்கு சாம்பார். பிரச்சனை இருந்தா சொல்லுங்க. Solve பண்ண try பண்றேன்.

சந் : பிரச்சனை இல்லேன்னு சொல்ல முடியாது. ஒண்ணு இருக்கு Infact இந்த ப்ராப்ளத்தை நானே தனியா நின்னு உன் உதவி இல்லாம தீர்த்துக்கலாம்னு பாத்தேன். இப்ப தோண்றது முடியாது போலருக்கு...

ஜானகி : என்ன பிரச்சினை...

சந்துரு : எல்லாம் அந்த சைதாப்பேட்டை பிரச்சினைதான் ஜானகி...

ஜானகி : ஒரு நிமிஷம் - உங்க சைதாப்பேட்டை ப்ராப்ளத்தை நீங்க சொல்றதுக்கு முன்னாடி நான் உங்ககிட்ட சொல்ல நினைச்ச ஒண்ணை சொல்லிடறேன்...

சந்துரு : என்ன...

ஜானகி : One Second... அப்பா

(ஜனார்த்தம் Entry)

சந் : இவர் எங்க இப்படி...

ஜனார் : நான்தான் வரச் சொன்னேன்... அப்பா. எனக்கு என்னமோ போலருக்கு. நான் அப்படி போய் நின்னுக்கறேன். விஷயத்தை சந்துருகிட்ட நீங் களே சொல்லிடுங்க...

ஜனார் : அட, உனக்கு வெக்கமா இருந்தா விடு. நானே சொல்லிடறேன்.

சந் : என்ன சார். அப்பாவும் பொண்ணும் சஸ்பென்ஸ் வக்கறீங்க.

ஜானகி : சஸ்பென்ஸ் ஒண்ணுமில்ல. எல்லாம் உனக்கு தெரிஞ்சதுதான் சந்துரு.

(ஜானகி நகர்ந்து போக)

ஜனார் : Straightடாவே விஷயத்துக்கு வரேன். உன்னை எனக்கு புடிச்சு போச்சு. ஏற்கனவே ஜானகி எங்கிட்டச் சொன்னப்பவே நான் சம்மதம் சொல்

லிட்டேன். இருந்தாலும் எதுக்கும் கேக்க றதுக்கு ஒரு முறை வாணாமா.

சந்துரு : சார் நீங்க...

ஜனார் : உனக்கு ஜானகியை புடிச்சுருக்கு. ஜானகிக்கும் உன்னைப் புடிச்சிருக்கு. அப்புறம் என்ன. நல்ல முகூர்த்தமா பாத்து முடிச்சுட வேண்டியதுதானே...

சந் : சார் நீங்க தப்பா புரிஞ்சுட்டீங்க.

ஜனார் : இதுல ஒன்னும் தப்பில்லை. எப்படியும் என் சொத்து என் பொண்ணுக்குதான். போகப் போறது. எம் பொன்னோட புருஷங்கறதால நீ தான் அதை ஆளப்போற. அப்புறம் என்ன... கல்யாணம் ஆன உடனே You will be rich because. I am already rich. நம்ம ரெண்டு பேருக்குள்ள அப்புறம் ஏது வேற்றுமை? சோஷலிச சமுதாயத்தை எவ்வளவு சுலபமா உருவாக்கிட்டேன் பாத்தியா...

சந் : I am... சாரி சார்.

ஜனார் : எதுக்கு சாரி...

சந் : உங்க பொண்ணை ஏமாத்தினத்துக்கு இப்ப உங்களை ஏமாத்த போறதுக்கு

ஜனார் : சந்துரு...

சந் : சத்தியமா சார் - ஜானகியை நான் அந்த எண்ணத்துல ஒரு நாள் கூட நெனைச்சுப் பாத்ததில்லை. சார் - ஜானகியை நான் Love பண்றதா- சே. நெனைச்சாலே பாவம் எனக்கு. ஜானகிய நான் LovE பண்றேன்னு யாராவது என்கிட்டயே வந்து, சொன்னாக் கூட சீ உளறாதேன்னு சொல்லுவேன். ஜானகி எங்கயோ உசரத்துல இருக்கா சார்.

ஜனார் : நான்தான் சொல்றேனே... என் சொத்தை உம் பேர்ல எழுதி வக்கறேன்னு...

சந் : உங்க சொத்தைக் கொண்டு போய் உடைப்புல போடுங்க. இப்பச் சொல்றேன். கேட்டுக்குங்க. உங்களோட ஒரே சொத்து உங்க பொண்ணு ஜானகிதான். அவளை போய் என்னை மாதிரி ஒரு அடிமட்டத்து ஆசாமிக்கு கட்டி வக்க பாக்கறீங் களே. உங்களுக்கு... வெக்கமா இல்லையா...

ஜனார் : அவ உன்னை Love பண்றாடா... மகா பாபி...

சந் : ஜானகி - என்னை Love பண்றாளா. Oh God...

ஜனார் : ஏன்?

சந் : சார். இந்த தப்பு எப்படியோ என்னை அறியாம நடந்துடுத்து. இதுக்கு சத்தியமா நான் பொறுப் பில்லை.

ஜனார் : அப்ப ஜானகியை நீ.

சந்துரு : நிச்சயம் கல்யாணம் பண்ணிக்க முடியாது. First of all. நான் ஏணி வச்சா கூட ஜானகி அளவு உசர முடியாது. அதுவும் தவிர சைதாப் பேட்டையில எங்க, ஆபீஸ்ல - சாரி. உங்க ஆபீஸ்ல work பண்ற ஸ்டெல்லாங்கற ஒரு கிறிஸ்டியன் கேர்ல்ஐ நான் மனசார Love பண்றேன். ஸ்டெல்லா வோட Fatherக்கு தம்பொண்ணு ஒரு இந்துவை கட்டிக்கறது அவ்வளவா புடிக்கலை... Infact இந்த ப்ராப்ளத்தை எப்படி தீக்கிறதுன்னு இன்னிக்கு ஜானகிகிட்ட கேக்க இருந்தேன்... நல்ல வேளை அதுக்கு முன்னாடி நீங்க வந்துட்டீங்க...

ஜனார் : அப்ப ஜானகி.

சந் : சார் - அது வந்து...

ஜானகி : (Entry) ஓகே. ஓகே. இப்ப என்ன சந்துரு - நீங்க ஸ்டெல்லாவை Love பண்றிங்க. அவ்வளவு தானே...

சந் : ஜானகி...

ஜானகி : சந்துரு... நானும் நீங்களும் பார்ட்னரா சேந்து கிரிகெட் மாதிரி ஒரு Game விளையாடினோம். I thought நீங்க விளையாடறச்சே நான் ரன்னர். நான் ஆடறச்சே நீங்க ரன்னர்னு இப்பதான் புரிஞ்சுது. I am only a bye runner இப்ப உங்களுக்கு தனியா ஆடத் தெம்பு வந்துடுத்து. Bye runner ஐ பெவிலியலுக்கு போகச் சொல்றீங்க.

Don't Bother I will be back to the Pavilion.

சந்துரு : ஜானகி...

ஜானகி : நார்மலா இருக்கிற மாதிரி பேசினாலும் என்

மனசுலயும் ஒரு மூலைல உடைஞ்ச மாதிரி ஒரு Feeling இருக்கு. Of course நாள் ஆக ஆக, ஞாபக மறதில உடைஞ்சது சேந்துடும். என்னை விடுங்க. உங்க ஸ்டெல்லா அதான் சைதாப்பேட்டை ப்ராப்ளம் அது தீரலைண்டு எங்கிட்ட வாங்க. நான் தீத்து வக்க try பண்றேன். Now you go.

சந் : ஜானகி

ஜானகி : I say please go...

(சந்துரு exit)

ஜனார் : ஜானகி...

ஜானகி : நீ காரை எடுத்துண்டு போப்பா... நான் பார்க்குல கொஞ்ச நேரம் உக்காண்டுட்டு வரேன். அப்பா watch man கிட்ட சொல்லி ரேடியோவை போடச் சொல்லு. நான் வாரா வாரம் தவறாம கேக்குற டிராமா இன்னியோட முடியறது. முடிவை தெரிஞ்சுண்டு வீட்டுக்கு வரேன்.

ஜனார் : சரிம்மா. (exit)

பார்க் மைக் : வண்ணச்சுடர் நேயர்களே - கடந்த பத்து வாரங்களாக நீங்கள் கேட்டுக் கொண்டிருக்கும் 'my fair lady' நாடகத்தின் இறுதி பகுதியை இன்று கேட்கலாம்.

சந்துரு தன்னை நிராகரித்ததால் சற்றே மனம் தளர்ந்த ஜானகி பார்க்கில் அமர்ந்து இருக்கிறாள். அப்பொழுது தற்கொலை செய்து கொள்ளும் எண்ணத்துடன் ஒரு இளைஞன் கையில் விஷ பாட்டிலோடு பார்க்கிற்கு வருகிறான்.

ஜானகி : ஹலோ... மிஸ்டர் என்ன இது ?

(விஷ பாட்டிலைப் பிடுங்குகிறாள்)

இளைஞன் : என்ன எழவுடாது... இந்த மெட்ராஸ்ல தற்கொலை பண்ணிக்ககூட privacy இல்லையே மேடம். அந்த விஷ பாட்டில கொடுத்துடுங்க. please.

ஜானகி : அது இருக்கட்டும். மொதல்ல நீங்க யாரு... எதுக்கு தற்கொலை பண்ணிக்கிரீங்க.

இளைஞன் : என் கதை பெரிய கதை மேடம். என் பேர் சந்துரு.

ஜானகி : சந்துருவா...

இளைஞர் : ஆமாங்க. எங்க வீட்லே ஒருத்தரும் சரியில்லீங்க.

ஜானகி : அப்பா குடிக்கறார் - கண்டவங்களை வீட்டுக்கு வரவழைச்சு சீட்டாடுறார். அம்மா - லேடீஸ் கிளப், அது இதுன்னு ஊரை சுத்திண்டு வீட்டை கவனிக்காம இருக்காங்க... உங்க தம்பி உங்க சம்பளத்துல சிகரெட்டா புடிச்சு. ஊர் சுத்திண்டு ருக்கார்.

இளைஞர் : எப்படிங்க இவ்வளவு கரெக்டா எங்க வீட்டு விஷயத்தை புட்டு புட்டு வைக்கறீங்க.

ஜானகி : எல்லாம் Experience தான்... சந்துரு...

இளைஞன் : என்ன மேடம்.

ஜானகி : இந்த விஷம் சரியா வேலை செய்யாது. இதைவிட Better விஷம் நான் தரேன். அதை சாப்பிட்டு சவுக்கியமா செத்து போ. Good night. ஓ. சாரி... நீ சாக போறேல? Good bye...

(Exit)

இளைஞன் : என்ன எழவுடா இது... (குழப்பிட்டுப் போயிட் டாங்க... வேற விஷம் தரேன்னாங்க. தராமலே போயிட்டாங்க. இப்ப நான் தற்கொலை பண்ணிக்கணுமா வேண்டாமா? ஐயோ கடவுளே....

(திரை)

(சுபம்)